Hành trình ẩm thực Địa Trung Hải

100 CÔNG THỨC KHÁM PHÁ
HƯƠNG VỊ VÀ TRUYỀN THỐNG
PHONG PHÚ CỦA ĐỊA TRUNG HẢI

Hạnh Lưu

Đã đăng ký Bản quyền.

Tuyên bố miễn trừ trách nhiệm

Thông tin trong Sách điện tử này nhằm mục đích phục vụ như một tập hợp toàn diện các chiến lược mà tác giả của Sách điện tử này đã thực hiện nghiên cứu. Các bản tóm tắt, chiến lược, mẹo và thủ thuật chỉ được tác giả đề xuất và việc đọc Sách điện tử này sẽ không đảm bảo rằng kết quả của bạn sẽ phản ánh chính xác kết quả của tác giả. Tác giả của sách điện tử đã thực hiện mọi nỗ lực hợp lý để cung cấp thông tin cập nhật và chính xác cho người đọc sách điện tử. Tác giả và các cộng sự của nó sẽ không chịu trách nhiệm về bất kỳ sai sót hoặc thiếu sót vô ý nào có thể được tìm thấy. Tài liệu trong Sách điện tử có thể bao gồm thông tin của bên thứ ba. Tài liệu của bên thứ ba bao gồm các ý kiến được bày tỏ bởi chủ sở hữu của chúng. Do đó, tác giả của Sách điện tử không chịu trách nhiệm hoặc nghĩa vụ pháp lý đối với bất kỳ tài liệu hoặc ý kiến của bên thứ ba nào. Cho dù do sự phát triển của Internet hay do những thay đổi không lường trước được trong chính sách của công ty và nguyên tắc gửi bài xã luận, những gì được nêu là thực tế tại thời điểm viết bài này có thể trở nên lỗi thời hoặc không thể áp dụng được sau này.

Sách điện tử có bản quyền © 2023 với mọi quyền được bảo lưu. Việc phân phối lại, sao chép hoặc tạo tác phẩm phái sinh từ toàn bộ hoặc một phần Sách điện tử này là bất hợp pháp. Không phần nào của báo cáo này được phép sao chép hoặc truyền lại dưới bất kỳ hình thức nào mà không có sự cho phép bằng văn bản và có chữ ký của tác giả.

MỤC LỤC

MỤC LỤC..4

GIỚI THIỆU..8

MÓN KHAI VỊ ĐỊA TRUNG HẢI..........................10

   1. Tôm chiên giòn..11
   2. Cà chua nhồi...14
   3. Cá tuyết chiên muối với Aioli....................17
   4. Bánh mì tôm..21
   5. C Risp khoai tây tẩm gia vị........................24
   6. Tôm S gambas..27
   7. Vẹm dấm...30
   8. Ớt nhồi cơm..33
   9. Mực hương thảo và dầu ớt........................36
   10. Salad Tortellini..39
   11. Salad mì Caprese......................................41
   12. Bruschetta balsamic.................................43
   13. Bánh Pizza..46
   14. Sò điệp và Prosciutto cẩn........................49
   15. Cà tím với mật ong...................................52
   16. Xúc xích nấu rượu táo..............................55
   17. Bánh gà Ý cẩn...57
   18. Thịt bò kebab Tây Ban Nha......................59
   19. Hỗn hợp bỏng ngô Ý giòn........................62
   20. Quả bóng Arancini....................................65
   21. Manchego với bảo quản cam...................69
   22. Nachos Ý...72
   23. Pintxo gà...76
   24. Giấy gói thịt bò Ý......................................79

25. BÁNH CUỘN PEPPERONI KIỂU Ý..................82

MÓN CHÍNH ĐỊA TRUNG......................85

26. CƠM Ý TÂY BAN NHA..........................86
27. PAELLA XOẮN KIỂU Ý..........................89
28. SALAD KHOAI TÂY TÂY BAN NHA...............93
29. CARBONARA TÂY BAN NHA......................96
30. THỊT VIÊN SỐT CÀ CHUA.......................99
31. TRẮNG SÚP ĐẬU..............................102
32. CHÁO CÁ....................................105
33. PASTA VÀ FAGIOLI...........................108
34. SÚP THỊT VIÊN VÀ TORTELLINI...............111
35. GÀ MARSALA.................................114
36. GÀ CHEDDAR TỎI.............................117
37. FETTUCCINI GÀ ALFREDO.....................120
38. ZITI VỚI XÚC XÍCH.........................123
39. XÚC XÍCH VÀ ỚT............................126
40. LASAGNA SAUCY.............................129
41. BỮA TỐI HẢI SẢN DIAVOLO...................133
42. TÔM VÀ MÌ SCAMPI..........................136
43. TÔM SỐT KEM PESTO.........................139
44. SÚP CÁ VÀ CHORIZO.........................142
45. RATATOUILLE TÂY BAN NHA...................145
46. ĐẬU VÀ CHORIZO HẦM........................148
47. SOUP LẠNH TÂY BAN NHA.....................151
48. MỰC VÀ CƠM................................154
49. THỎ HẦM CÀ CHUA...........................157
50. TÔM VỚI THÌ LÀ............................160

MÓN TRÁNG MIỆNG ĐỊA TRUNG HẢI..............163

51. PANNA COTTA SÔCÔLA........................164
52. GALETTE PHÔ MAI VỚI XÚC XÍCH Ý...........167
53. TIRAMISU..................................170
54. BÁNH RICOTTA KEM..........................173

55. BÁNH QUY ANISETTE	175
56. PANNA COTTA	178
57. BÁNH FLAN VỊ CARAMEN	181
58. KEM CATALAN	184
59. KEM TÂY BAN NHA CAM CHANH	187
60. DƯA SAY	190
61. KEM HẠNH NHÂN	192
62. BÁNH TÁO TÂY BAN NHA	195
63. SỮA TRỨNG CARAMEL	199
64. BÁNH PHÔ MAI TÂY BAN NHA	202
65. SỮA TRỨNG CHIÊN TÂY BAN NHA	205
66. BÁNH ATISÔ Ý	208
67. ĐÀO NƯỚNG KIỂU Ý	211
68. BÁNH MẬN MẬN CAY KIỂU Ý	214
69. KẸO HẠT PANISH	218
70. HONEYED PUDDING	220
71. BÁNH HÀNH TÂY BAN NHA	223
72. SOUFFLÉ CHẢO TÂY BAN NHA	226
73. MẬT ONG ĐÔNG LẠNH SEMIFREDDO	228
74. ZABAGLIONE	232
75. AFFOGATO	235

ĐỒ UỐNG ĐỊA TRUNG 237

76. RƯỢU RUM VÀ GỪNG	238
77. SODA KEM Ý	240
78. SANGRIA TÂY BAN NHA	242
79. TINTO DE VERANO	245
80. RƯỢU VANG TRẮNG SANGRIA	247
81. HORCHATA	250
82. RƯỢU LICOR 43 CUBA LIBRE	253
83. TRÁI CÂY AGUA FRESCA	255
84. CAIPIRINHA	257
85. CARAJILLO	259

86. Rượu chanh..261
87. Sgroppino...264
88. Aperol Spritz..266
89. Blackberry Ý Soda..268
90. Cà phê Ý Granita...270
91. Nước chanh húng quế Ý...............................272
92. Gingermore..275
93. Hugo..277
94. Sinh tố trái cây tươi Tây Ban Nha................279
95. S panish..281
96. Chinotto xanh..283
97. Rose S pritz_..285
98. Vỏ ong mật..287
99. Vị đắng của cam quýt..................................289
100. Pisco chua...291

PHẦN KẾT LUẬN..293

GIỚI THIỆU

Chào mừng bạn đến với "Hành trình ẩm thực Địa Trung Hải". Khu vực Địa Trung Hải, với phong cảnh ngoạn mục và nền văn hóa đa dạng, từ lâu đã nổi tiếng nhờ nền ẩm thực sôi động phản ánh bản chất của cuộc sống. Cuốn sách nấu ăn này là lời mời bạn đắm mình trong hương vị, màu sắc và những câu chuyện đã định hình nên tấm thảm ẩm thực của vùng vượt thời gian này.

Từ bờ biển Hy Lạp đến những ngọn đồi ở Ý, từ những khu chợ ở Maroc đến những vườn nho ở Tây Ban Nha, mỗi góc Địa Trung Hải đều mang đến trải nghiệm ẩm thực độc đáo và đầy mê hoặc. Trong các trang này, bạn sẽ khám phá một bộ sưu tập các công thức nấu ăn được tuyển chọn cẩn thận nhằm bày tỏ lòng tôn kính đối với nguồn nguyên liệu tươi, thảo mộc thơm và gia vị đậm đà của khu vực. Cho dù bạn đang chế biến lại món ăn gia đình truyền thống hay bắt tay vào một cuộc phiêu lưu ẩm thực mới, những công thức nấu ăn này đều nắm bắt được trái tim và linh hồn của cách nấu ăn Địa Trung Hải.

Chuẩn bị lấy cảm hứng từ sự đơn giản và sang trọng đặc trưng của ẩm thực Địa Trung Hải. Cuộc hành trình cùng nhau của chúng ta sẽ bao gồm một hỗn hợp hải sản, dầu ô liu thơm, rau củ ngập nắng và những giai điệu vui vẻ của tiếng cười quanh bàn ăn. Khi đi sâu vào các công thức nấu ăn, bạn sẽ không chỉ nắm vững các kỹ thuật mà còn trau dồi khả năng đánh giá cao niềm vui được tụ tập, chia sẻ và tận hưởng những thú vui trong cuộc sống.

Món khai vị Địa Trung Hải

1. Tôm chiên giòn

Máy chủ 6

Thành phần :

- ½ pound tôm nhỏ, bóc vỏ
- 1½ chén đậu xanh hoặc bột mì thông thường
- 1 muỗng canh rau mùi tây lá phẳng tươi xắt nhỏ
- 3 củ hành lá, phần trắng và một ít phần ngọn xanh mềm, thái nhỏ
- ½ thìa cà phê ớt ngọt /pimenton
- Muối
- Dầu ô liu để chiên ngập dầu

Hướng dẫn :

a) Cho tôm vào nồi với lượng nước vừa đủ ngập tôm và đun sôi ở lửa lớn.

b) Trong tô hoặc máy chế biến thực phẩm, trộn bột mì, rau mùi tây, hành lá và pimentón để tạo thành bột. Thêm nước nấu đã nguội và một chút muối vào.

c) Trộn hoặc xử lý cho đến khi bạn có kết cấu dày hơn bột bánh kếp một chút. Để lạnh trong 1 giờ sau khi đậy nắp.

d) Lấy tôm ra khỏi tủ lạnh và băm nhuyễn. Cà phê xay phải có kích thước bằng miếng.

e) Lấy bột ra khỏi tủ lạnh và cho tôm vào trộn đều.

f) Trong một chảo xào nặng, đổ dầu ô liu vào độ sâu khoảng 1 inch và đun trên lửa cao cho đến khi nó gần như bốc khói.

g) Đối với mỗi lần rán, đổ 1 thìa bột vào dầu và dùng mặt sau của thìa dẹt bột thành hình tròn có đường kính 3 1/2 inch.

h) Chiên khoảng 1 phút mỗi mặt, xoay một lần hoặc cho đến khi bánh rán vàng và giòn.

i) Dùng thìa có rãnh loại bỏ các miếng rán và đặt lên đĩa chịu nhiệt.

j) Phục vụ ngay.

2. Cà chua nhồi

Thành phần :

- 8 quả cà chua nhỏ hoặc 3 quả lớn
- 4 quả trứng luộc chín, để nguội và bóc vỏ
- 6 muỗng canh Aioli hoặc sốt mayonnaise
- Muối và tiêu
- 1 muỗng canh mùi tây, xắt nhỏ
- 1 muỗng canh vụn bánh mì trắng, nếu dùng cà chua lớn

Hướng dẫn :

a) Ngâm cà chua vào chậu nước đá hoặc nước cực lạnh sau khi gọt vỏ trong chảo nước sôi trong 10 giây.

b) Cắt bỏ phần ngọn của quả cà chua. Dùng thìa cà phê hoặc một con dao nhỏ, sắc cạo bỏ hạt và bên trong.

c) Nghiền trứng với Aioli (hoặc sốt mayonnaise, nếu dùng), muối, tiêu và mùi tây trong tô trộn.

d) Nhồi nhân cà chua vào, ấn chặt xuống. Đậy nắp theo một góc vui nhộn trên những quả cà chua nhỏ.

e) Đổ cà chua lên trên, ấn chặt cho đến khi cân bằng. Để trong tủ lạnh trong 1 giờ trước khi dùng dao khắc sắc cắt thành từng khoanh.

f) Trang trí với rau mùi tây .

3. Cá tuyết chiên muối với Aioli

Máy chủ 6

Thành phần :

- 1 lb cá tuyết muối , ngâm
- 3 1/2 oz vụn bánh mì trắng khô
- 1/4 lb khoai tây bột
- Dầu ô liu, để chiên nông
- 1/4 cốc sữa
- Miếng chanh và lá salad để phục vụ
- 6 củ hành lá thái nhỏ
- Bơ

Hướng dẫn :

a) Trong chảo nước sôi có chút muối, nấu khoai tây chưa gọt vỏ trong khoảng 20 phút hoặc cho đến khi mềm. Làm khô hạn.

b) Gọt vỏ khoai tây ngay khi chúng đủ lạnh để có thể cầm được, sau đó nghiền bằng nĩa hoặc dụng cụ nghiền khoai tây.

c) Trong chảo, trộn sữa, một nửa số hành lá và đun nhỏ lửa. Thêm cá tuyết ngâm và luộc trong 10-15 phút hoặc cho đến khi nó bong ra dễ dàng. Lấy cá tuyết ra khỏi chảo và dùng nĩa vẩy vào tô, loại bỏ xương và da.

d) Cho 4 thìa khoai tây nghiền với cá tuyết vào và dùng thìa gỗ trộn đều.

e) Cho dầu ô liu vào, sau đó thêm dần phần khoai tây nghiền còn lại vào. Kết hợp hành lá và mùi tây còn lại vào tô trộn.

f) Để nếm thử, nêm nước cốt chanh và hạt tiêu.

g) Trong một bát riêng, đánh một quả trứng cho đến khi hòa quyện, sau đó để lạnh cho đến khi đặc lại.

h) Cán hỗn hợp cá đã ướp lạnh thành 12-18 viên rồi dẹt nhẹ nhàng thành những chiếc bánh tròn nhỏ.

i) Mỗi cái phải được tẩm bột trước, sau đó nhúng vào quả trứng đã đánh còn lại và hoàn thiện bằng vụn bánh mì khô.

j) Làm lạnh cho đến khi sẵn sàng để chiên.

k) Trong một chảo rán lớn và nặng, đun nóng dầu khoảng 3/4 inch. Nấu bánh rán trong khoảng 4 phút trên lửa vừa cao.

l) Lật chúng lại và nấu thêm 4 phút nữa hoặc cho đến khi mặt còn lại giòn và vàng.

m) Xả trên khăn giấy trước khi dùng với Aioli, chanh và lá salad.

4. Bánh mì tôm

Tạo ra khoảng 36 chiếc

Thành phần :

- 3 1/2 oz bơ
- 4 oz bột mì nguyên chất
- 1 1/4 pint sữa lạnh
- Muối và tiêu
- 14 oz tôm bóc vỏ nấu chín, thái hạt lựu
- 2 thìa cà phê xay nhuyễn
- 5 hoặc 6 muỗng canh vụn bánh mì mịn
- 2 quả trứng lớn, đánh bông
- Dầu ô liu để chiên ngập dầu

Hướng dẫn :

a) Trong một cái chảo vừa, làm tan chảy bơ và thêm bột mì vào, khuấy liên tục.

b) Từ từ rưới sữa đã ướp lạnh vào, khuấy liên tục cho đến khi có được nước sốt đặc và mịn.

c) Thêm tôm vào, nêm muối và hạt tiêu, sau đó cho tương cà chua vào. Nấu thêm 7 đến 8 phút nữa.

d) Lấy một thìa nhỏ Nguyên **liệu** và cuộn thành hình trụ 1 1/2 - 2 inch.

e) Cuộn bánh mì trong vụn bánh mì, sau đó lăn qua trứng đã đánh tan và cuối cùng là trong vụn bánh mì.

f) Trong một chiếc chảo lớn, có đáy nặng, đun nóng dầu để chiên ngập dầu cho đến khi đạt nhiệt độ 350°F hoặc một khối bánh mì chuyển sang màu nâu vàng trong 20-30 giây.

g) Chiên khoảng 5 phút theo từng đợt không quá 3 hoặc 4 chiếc cho đến khi có màu vàng nâu.

h) Dùng thìa có rãnh vớt gà ra, để ráo nước trên giấy ăn và dùng ngay.

5. C Risp khoai tây tẩm gia vị

Máy chủ 4

Thành phần :

- 3 muỗng canh dầu ô liu
- 4 củ khoai tây màu nâu đỏ, gọt vỏ và xếp thành khối
- 2 thìa hành tây băm
- 2 tép tỏi, băm nhỏ
- Muối và hạt tiêu đen mới xay
- 1 1/2 muỗng canh ớt bột Tây Ban Nha
- 1/4 thìa cà phê sốt Tabasco
- 1/4 thìa cà phê húng tây xay
- 1/2 chén sốt cà chua
- 1/2 chén sốt mayonaise
- Rau mùi tây cắt nhỏ, để trang trí
- 1 chén dầu ô liu, để chiên

Hướng dẫn :

Nước sốt brava:

a) Đun nóng 3 muỗng canh dầu ô liu trong chảo trên lửa vừa. Xào hành và tỏi cho đến khi hành mềm.

b) Lấy chảo ra khỏi bếp và cho ớt bột, sốt Tabasco và húng tây vào.

c) Trong một bát trộn, trộn sốt cà chua và sốt mayonnaise.

d) Để nếm thử, nêm muối và hạt tiêu. Loại bỏ khỏi phương trình.

Những củ khoai tây:

e) Nêm nhẹ khoai tây với muối và hạt tiêu đen.

f) Chiên khoai tây trong 1 cốc dầu ô liu (8 fl. oz.) trong chảo lớn cho đến khi có màu vàng nâu và chín đều, thỉnh thoảng đảo qua.

g) Xả khoai tây trên khăn giấy, nếm thử và nêm thêm muối nếu cần.

h) Để giữ cho khoai tây giòn, hãy kết hợp chúng với nước sốt ngay trước khi dùng.

i) Ăn nóng, trang trí với rau mùi tây xắt nhỏ.

6. Tôm S gambas

Máy chủ 6

Thành phần :

- 1/2 chén dầu ô liu
- Nước ép của 1 quả chanh
- 2 thìa cà phê muối biển
- 24 con tôm cỡ vừa , còn vỏ, còn nguyên đầu

Hướng dẫn :

a) Trong một bát trộn, trộn dầu ô liu, nước cốt chanh và muối rồi đánh cho đến khi hòa quyện hoàn toàn. Để phủ nhẹ tôm, hãy nhúng chúng vào hỗn hợp trong vài giây.

b) Trong chảo khô, đun nóng dầu trên lửa cao. Làm theo từng mẻ, cho tôm vào từng lớp một mà không làm chen chúc chảo khi trời rất nóng. 1 phút cháy bỏng

c) Giảm nhiệt xuống mức trung bình và nấu thêm một phút nữa. Tăng nhiệt lên cao và xào tôm thêm 2 phút nữa hoặc cho đến khi vàng.

d) Giữ ấm tôm trong lò nướng nhỏ trên đĩa chịu nhiệt.

e) Nấu tôm còn lại theo cách tương tự.

7. Vẹm dấm

Khẩu phần: Làm 30 tapas

Thành phần :

- 2 1/2 tá trai, rửa sạch và bỏ râu Rau diếp thái nhỏ
- 2 thìa canh hành xanh băm
- 2 muỗng canh tiêu xanh băm
- 2 muỗng canh ớt đỏ băm
- 1 muỗng canh rau mùi tây xắt nhỏ
- 4 muỗng canh dầu ô liu
- 2 muỗng canh giấm hoặc nước cốt chanh
- Một chút sốt ớt đỏ
- Muối để nếm

Hướng dẫn :

a) Hấp hến mở.

b) Đặt chúng vào một nồi nước lớn. Đậy nắp và nấu trên lửa cao, thỉnh thoảng khuấy chảo cho đến khi vỏ mở ra. Lấy trai ra khỏi lửa và loại bỏ những con không mở vỏ.

c) Trai cũng có thể được hâm nóng trong lò vi sóng để mở nắp. Cho chúng vào lò vi sóng trong một phút ở công suất tối đa trong một chiếc bát an toàn với lò vi sóng, được đậy kín một phần.

d) Cho vào lò vi sóng thêm một phút nữa sau khi khuấy. Loại bỏ những con trai đã mở vỏ và nấu thêm một phút nữa trong lò vi sóng. Loại bỏ những cái đang mở một lần nữa.

e) Loại bỏ và loại bỏ vỏ rỗng khi chúng đủ lạnh để xử lý.

f) Trên khay phục vụ, đặt trai lên trên lớp rau diếp cắt nhỏ ngay trước khi dùng.

g) Kết hợp hành tây, ớt xanh và đỏ, rau mùi tây, dầu và giấm vào đĩa trộn.

h) Nước sốt muối và ớt đỏ cho vừa ăn. Đổ đầy hỗn hợp vào nửa vỏ trai.

8. Ớt nhồi cơm

Khẩu phần: 4

Thành phần :

- 1 lb 2 oz Gạo Tây Ban Nha hạt ngắn, chẳng hạn như Bomba hoặc Calasparra
- 2-3 muỗng canh dầu ô liu
- 4 quả ớt đỏ lớn
- 1 quả ớt đỏ nhỏ, xắt nhỏ
- 1/2 củ hành tây, xắt nhỏ
- 1/2 quả cà chua, gọt vỏ và cắt nhỏ
- 5 oz thịt lợn băm/băm nhỏ hoặc 3 oz cá tuyết muối
- Nghệ tây
- Măng tây tươi
- Muối

Hướng dẫn :

a) Dùng thìa cà phê cạo lớp màng bên trong sau khi cắt bỏ phần cuống của quả ớt và để lại làm nắp để lắp lại sau.

b) Đun nóng dầu và xào nhẹ ớt đỏ cho đến khi mềm.

c) Chiên hành tây cho đến khi mềm, sau đó cho thịt vào xào chín vàng, vài phút sau cho cà chua vào, sau đó cho hạt tiêu đã nấu chín, gạo sống, nghệ tây và rau mùi tây vào. Nêm muối cho vừa ăn.

d) Cẩn thận đổ ớt vào và đặt chúng lên các mặt của đĩa chịu nhiệt, cẩn thận để không làm đổ phần nhân.

e) Nấu món ăn trong lò nóng khoảng 1 tiếng rưỡi, đậy nắp.

f) Cơm được nấu trong nước cà chua và hạt tiêu.

9. Mực hương thảo và dầu ớt

Khẩu phần: 4

Thành phần :

- Dầu ô liu nguyên chất
- 1 bó hương thảo tươi
- 2 quả ớt đỏ nguyên hạt, bỏ hạt và thái nhỏ 150ml kem tươi
- 3 lòng đỏ trứng
- 2 muỗng canh phô mai Parmesan bào
- 2 muỗng canh bột mì nguyên chất
- Muối và tiêu đen xay tươi
- 1 tép tỏi, bóc vỏ và nghiền nát
- 1 thìa cà phê lá oregano khô
- Dầu thực vật để chiên ngập dầu
- 6 Mực ống, làm sạch và cắt thành từng khoanh
- Muối

Hướng dẫn :

a) Để làm nước sốt, đun nóng dầu ô liu trong chảo nhỏ rồi cho lá hương thảo và ớt vào khuấy đều. Loại bỏ khỏi phương trình.

b) Trong một tô trộn lớn, trộn đều kem, lòng đỏ trứng, phô mai parmesan, bột mì, tỏi và lá oregano. Trộn cho đến khi bột mịn. Nêm hạt tiêu đen, mới xay.

c) Làm nóng dầu ở nhiệt độ 200°C để chiên ngập dầu hoặc cho đến khi một khối bánh mì chín vàng trong 30 giây.

d) Nhúng lần lượt từng khoanh mực vào bột rồi cẩn thận đặt chúng vào dầu. Nấu cho đến khi có màu vàng nâu, khoảng 2-3 phút.

e) Xả trên giấy ăn và dùng ngay với nước sốt đổ lên trên. Nếu cần thiết, nêm muối.

10. Salad Tortellini

Khẩu phần: 8

Thành phần :

- 1 gói tortellini phô mai ba màu
- ½ chén pepperoni thái hạt lựu
- ¼ chén hành lá thái lát
- 1 quả ớt chuông xanh thái hạt lựu
- 1 cốc cà chua bi cắt đôi
- 1¼ chén ô liu kalamata thái lát
- ¾ chén trái tim atisô ướp xắt nhỏ 6 oz. phô mai mozzarella thái hạt lựu 1/3 cốc nước sốt Ý

Hướng dẫn :

a) Nấu tortellini theo **hướng dẫn trên bao bì** , sau đó để ráo nước.

b) Trộn bánh tortellini với **các Nguyên liệu còn lại** , không bao gồm nước sốt, vào một tô trộn lớn.

c) Rưới nước sốt lên trên.

d) Đặt sang một bên trong 2 giờ để thư giãn.

11. Salad mì Caprese

Khẩu phần: 8

Thành phần :

- 2 chén mì ống penne nấu chín
- 1 cốc sốt pesto
- 2 quả cà chua xắt nhỏ
- 1 cốc phô mai mozzarella thái hạt lựu
- Muối và hạt tiêu cho vừa ăn
- 1/8 thìa cà phê lá oregano
- 2 muỗng cà phê giấm rượu vang đỏ

Hướng dẫn :

a) Nấu mì ống theo **hướng dẫn trên bao bì** , quá trình này sẽ mất khoảng 12 phút. Làm khô hạn.

b) Trong một tô trộn lớn, trộn mì ống, sốt pesto, cà chua và phô mai; nêm muối, hạt tiêu và lá oregano.

c) Rưới giấm rượu vang đỏ lên trên.

d) Đặt trong tủ lạnh trong 1 giờ.

12. Bruschetta balsamic

Khẩu phần: 8

Thành phần :

- 1 cốc cà chua Roma bỏ hạt và thái hạt lựu
- ¼ chén húng quế xắt nhỏ
- ½ chén phô mai pecorino cắt nhỏ
- 1 tép tỏi băm
- 1 muỗng canh giấm balsamic
- 1 muỗng cà phê dầu ô liu
- Muối và hạt tiêu cho vừa ăn – hãy cẩn thận, vì phô mai có vị hơi mặn.
- 1 ổ bánh mì Pháp cắt lát
- 3 muỗng canh dầu ô liu
- ¼ thìa cà phê bột tỏi
- ¼ thìa cà phê húng quế

Hướng dẫn :

a) Trong một đĩa trộn, kết hợp cà chua, húng quế, phô mai pecorino và tỏi.

b) Trong một bát trộn nhỏ, trộn giấm và 1 thìa dầu ô liu; để qua một bên. c) Rắc các lát bánh mì với dầu ô liu, bột tỏi và húng quế.

c) Đặt lên khay nướng và nướng bánh trong 5 phút ở nhiệt độ 350 độ.

d) Lấy ra khỏi lò. Sau đó thêm hỗn hợp cà chua và phô mai lên trên.

e) Nếu cần, nêm muối và hạt tiêu.

f) Phục vụ ngay.

13. Bánh Pizza

Khẩu phần: 10

Thành phần :

- 1 lb xúc xích xay vụn
- 2 cốc hỗn hợp Bisquick
- 1 củ hành tây xắt nhỏ
- 3 tép tỏi băm
- ¾ thìa cà phê gia vị Ý
- 2 cốc phô mai mozzarella cắt nhỏ
- 1 ½ chén nước sốt pizza - chia
- ¼ cốc phô mai parmesan

Hướng dẫn :

a) Làm nóng lò ở nhiệt độ 400 độ F.

b) Chuẩn bị khay nướng bằng cách xịt dung dịch chống dính lên khay nướng.

c) Trộn xúc xích, hỗn hợp Bisquick, hành tây, tỏi, gia vị Ý, phô mai mozzarella và 12 cốc sốt pizza với nhau trong một tô trộn.

d) Sau đó, thêm nước vừa đủ để có thể hoạt động được.

e) Cán bột thành những quả bóng 1 inch.

f) Rưới phô mai parmesan lên các viên bánh pizza.

g) Sau đó, đặt những quả bóng lên khay nướng mà bạn đã chuẩn bị.

h) Làm nóng lò ở nhiệt độ 350°F và nướng trong 20 phút.

i) Ăn kèm với nước sốt pizza còn lại để chấm.

14. Sò điệp và Prosciutto cắn

Khẩu phần: 8

Thành phần :

- ½ chén prosciutto thái lát mỏng
- 3 muỗng canh kem phô mai
- 1 lb sò điệp
- 3 muỗng canh dầu ô liu
- 3 tép tỏi băm
- 3 muỗng canh phô mai Parmesan
- Muối và hạt tiêu cho vừa ăn – hãy cẩn thận, vì món prosciutto sẽ có vị mặn

Hướng dẫn :

a) Phủ một lớp phô mai kem nhỏ lên mỗi lát prosciutto.

b) Tiếp theo, quấn một lát prosciutto quanh mỗi con sò và dùng tăm cố định lại.

c) Trong chảo, đun nóng dầu ô liu.

d) Nấu tỏi trong 2 phút trong chảo.

e) Thêm sò điệp bọc trong giấy bạc và nấu trong 2 phút mỗi bên.

f) Trải phô mai Parmesan lên trên.

g) Thêm muối và hạt tiêu cho vừa ăn nếu muốn.

h) Vắt bớt chất lỏng dư thừa bằng khăn giấy.

15. Cà tím với mật ong

Khẩu phần : 2

Thành phần :

- 3 thìa mật ong
- 3 quả cà tím
- 2 cốc sữa
- 1 muỗng canh muối
- 1 muỗng canh tiêu
- 100g bột mì
- 4 muỗng canh dầu ô liu

Hướng dẫn :

a) Cắt mỏng cà tím.

b) Trong một đĩa trộn, kết hợp cà tím. Đổ đủ sữa vào chậu để ngập hoàn toàn cà tím. Nêm một chút muối.

c) Để ít nhất một giờ để ngâm.

d) Lấy cà tím ra khỏi sữa và đặt chúng sang một bên. Dùng bột mì phủ từng lát bánh. Phủ trong hỗn hợp muối và hạt tiêu.

e) Trong chảo, đun nóng dầu ô liu. Chiên các lát cà tím ở nhiệt độ 180 độ C.

f) Đặt cà tím chiên lên khăn giấy để hấp thụ dầu thừa.

g) Rưới cà tím với mật ong.

h) Phục vụ.

16. Xúc xích nấu rượu táo

Khẩu phần : 3

Thành phần :

- 2 cốc rượu táo
- 8 xúc xích chorizo
- 1 muỗng canh dầu ô liu

Hướng dẫn :

a) Cắt chorizo thành lát mỏng.

b) Trong chảo, đun nóng dầu. Làm nóng lò ở mức trung bình.

c) Quăng chorizo vào. Chiên cho đến khi màu sắc của thực phẩm thay đổi.

d) Đổ rượu táo vào. Nấu trong 10 phút hoặc cho đến khi nước sốt hơi đặc lại.

e) Bánh mì nên ăn kèm với món ăn này.

f) Thưởng thức!!!

17. Bánh gà Ý cắn

Khẩu phần : 8 gói

Nguyên liệu

- 1 lon Bánh cuốn lưỡi liềm (8 cuốn)
- 1 cái ly Thịt gà cắt nhỏ, nấu chín
- 1 muỗng canh Sốt mỳ Ý
- ½ thìa cà phê Tỏi băm
- 1 muỗng canh Phô mai mozzarella

Hướng dẫn :

a) Làm nóng lò ở nhiệt độ 350 độ F. Cho thịt gà, nước sốt và tỏi vào chảo và nấu cho đến khi ấm.

b) Hình tam giác làm từ cuộn lưỡi liềm riêng biệt. Phân phối hỗn hợp gà vào giữa mỗi hình tam giác.

c) Nếu muốn, hãy phân phối phô mai theo cách tương tự.

d) Chụm các cạnh của cuộn lại với nhau và quấn quanh con gà.

e) Trên đá nướng, nướng trong 15 phút hoặc cho đến khi vàng.

18. Thịt bò kebab Tây Ban Nha

Khẩu phần : 4 phần

Nguyên liệu

- ½ cốc nước cam
- ¼ cốc Nước ép cà chua
- 2 thìa cà phê Dầu ô liu
- 1½ thìa cà phê Nước chanh
- 1 muỗng cà phê Hoặc e gano, sấy khô
- ½ thìa cà phê Ớt cựa gà
- ½ thìa cà phê Thì là, đất
- ¼ thìa cà phê Muối
- ¼ thìa cà phê Tiêu, đen
- 10 ounce Thịt bò nạc không xương; cắt thành hình khối 2"
- 1 vừa Hành đỏ; cắt thành 8 nêm
- 8 mỗi cái cà chua cherry

Hướng dẫn :

a) Để làm nước xốt, hãy trộn nước cam và nước ép cà chua, dầu, nước cốt chanh, lá oregano, ớt bột, thì là, muối và hạt tiêu trong một túi nhựa có thể bịt kín cỡ gallon.

b) Thêm các khối thịt; niêm phong túi, ép không khí ra ngoài; quay để phủ thịt bò.

c) Để trong tủ lạnh ít nhất 2 giờ hoặc qua đêm, thỉnh thoảng quăng túi đi khắp nơi. Dùng bình xịt chống dính phủ lên vỉ nướng.

d) Đặt giá nướng cách than 5 inch. Làm theo hướng dẫn của nhà sản xuất để nướng.

e) Để ráo miếng bít tết và để nước xốt sang một bên.

f) Dùng 4 xiên tre hoặc kim loại xiên xiên từng lượng thịt bò, hành tây và cà chua bằng nhau.

g) Nướng kebab trong 15-20 phút hoặc cho đến khi chín theo ý thích của bạn, thường xuyên xoay và phết với nước xốt dành riêng.

19. Hỗn hợp bỏng ngô Ý giòn

Khẩu phần : 10 phần ăn

Nguyên liệu

- 10 cốc Bỏng ngô; 3,5 oz, túi vi sóng này có phải không

- 3 chén Đồ ăn nhẹ ngô hình con bọ

- ¼ cốc Margarine hoặc bơ

- 1 muỗng cà phê gia vị của Ý

- ½ thìa cà phê Bột tỏi

- ⅓ cốc Parmesan cheese

Hướng dẫn :

a) Trong một tô lớn dùng được trong lò vi sóng, trộn bắp rang và đồ ăn nhẹ bằng ngô. Trong một biện pháp an toàn vi mô 1 cốc, kết hợp **các Thành phần còn lại** , ngoại trừ phô mai.

b) Lò vi sóng trong 1 phút ở mức CAO hoặc cho đến khi bơ thực vật tan chảy; khuấy. Đổ hỗn hợp bỏng ngô lên trên.

c) Quăng cho đến khi mọi thứ được phủ đều. Cho vào lò vi sóng, không đậy nắp, trong 2-4 phút cho đến khi nướng, khuấy đều mỗi phút. Phô mai Parmesan nên được rắc lên trên.

d) Ăn nóng.

20. Quả bóng Arancini

Làm 18

Thành phần

- 2 muỗng canh dầu ô liu
- 15g bơ không muối
- 1 củ hành tây, thái nhỏ
- 1 tép tỏi lớn, nghiền nát
- 350g cơm risotto
- 150ml rượu trắng khô
- 1,2l nước luộc gà hoặc rau nóng
- 150g parmesan, bào mịn
- 1 quả chanh, vỏ mịn
- 150g phô mai mozzarella viên, cắt thành 18 miếng nhỏ
- dầu thực vật, để chiên ngập dầu

Đối với lớp phủ

- 150g bột mì thường
- 3 quả trứng lớn, đánh nhẹ
- 150g vụn bánh mì khô loại mịn

Hướng dẫn :

a) Trong chảo, đun nóng dầu và bơ cho đến khi nổi bọt. Thêm hành tây và một chút muối vào nấu trong 15 phút hoặc cho đến khi mềm và trong mờ trên lửa nhỏ.

b) Nấu thêm một phút nữa sau khi thêm tỏi.

c) Thêm gạo và đun nhỏ lửa thêm một phút trước khi thêm rượu. Đun sôi chất lỏng và nấu cho đến khi chất lỏng giảm đi một nửa.

d) Đổ một nửa lượng nước kho vào và tiếp tục trộn cho đến khi phần lớn chất lỏng được hấp thụ.

e) Khi gạo hấp thụ chất lỏng, thêm từng muôi còn lại vào, khuấy liên tục cho đến khi gạo chín.

f) Thêm parmesan và vỏ chanh và nêm muối và hạt tiêu cho vừa ăn. Đặt risotto vào khay có nắp đậy và để nguội ở nhiệt độ phòng.

g) Chia cơm risotto ướp lạnh thành 18 phần bằng nhau, mỗi phần có kích thước bằng quả bóng gôn.

h) Trong lòng bàn tay của bạn, làm phẳng một quả bóng risotto và đặt một miếng mozzarella vào giữa, sau đó bọc phô mai vào cơm và tạo thành một quả bóng.

i) Tiếp tục với những quả bóng risotto còn lại theo cách tương tự.

j) Trong ba đĩa nông, trộn bột mì, trứng và vụn bánh mì. Mỗi quả bóng risotto phải được rắc bột mì trước, sau đó nhúng vào trứng và cuối cùng là vụn bánh mì. Đặt lên đĩa và cất đi.

k) Đổ dầu thực vật vào nửa chảo lớn, có đáy nặng và đun trên lửa vừa-thấp cho đến khi nhiệt kế nấu chỉ 170°C hoặc một miếng bánh mì chuyển sang màu nâu vàng trong 45 giây.

l) Theo từng mẻ, thả các viên cơm risotto vào dầu và chiên trong 8-10 phút hoặc cho đến khi có màu vàng nâu và tan chảy ở giữa.

m) Đặt lên khay có lót khăn bếp sạch và đặt sang một bên.

n) Phục vụ món arancini khi còn ấm hoặc dùng kèm với nước sốt cà chua đơn giản để chấm.

21. Manchego với bảo quản cam

Thành phần

Làm được khoảng 4 cốc

- 1 đầu tỏi
- 1 1/2 chén dầu ô liu, và nhiều hơn nữa để làm mưa phùn
- Muối kosher
- 1 Seville hoặc cam rốn
- 1/4 cốc đường
- 1 pound phô mai Manchego non, cắt thành miếng 3/4 inch
- 1 muỗng canh hương thảo thái nhỏ
- 1 muỗng canh húng tây thái nhỏ
- Bánh mì nướng

Hướng dẫn :

a) Làm nóng lò ở nhiệt độ 350 độ F. một phần tư inch "Bỏ phần trên của củ tỏi và đặt nó lên một miếng giấy bạc. Nêm muối và rưới dầu.

b) Bọc cẩn thận trong giấy bạc và nướng trong 35-40 phút hoặc cho đến khi da có màu nâu vàng và đinh hương mềm. Để nguội. Bóp đinh hương vào một chậu trộn lớn.

c) Đồng thời, cắt 1/4" Loại bỏ phần trên và dưới của quả cam và làm tư theo chiều dọc. Loại bỏ phần thịt ở mỗi phần tư vỏ thành một miếng, trừ phần cùi trắng (tiết kiệm vỏ).

d) Để riêng nước ép từ thịt vào một cái chậu nhỏ.

e) Cắt vỏ thành từng miếng 1/4 inch và cho vào nồi nhỏ với lượng nước lạnh vừa đủ ngập 1 inch. Đun sôi rồi để ráo nước; làm điều này hai lần nữa để loại bỏ vị đắng.

f) Trong một cái chảo, trộn vỏ cam, đường, nước cam dành riêng và 1/2 cốc nước.

g) Đun sôi; giảm nhiệt xuống thấp và đun nhỏ lửa, khuấy thường xuyên trong 20-30 phút hoặc cho đến khi vỏ mềm và chất lỏng có dạng siro. Để mứt cam nguội.

h) Trộn đều các loại mứt cam, Manchego, hương thảo, húng tây và 1 1/2 chén dầu còn lại vào tô cùng với tỏi. Để trong tủ lạnh ít nhất 12 giờ sau khi đậy nắp.

i) Trước khi dùng với bánh mì nướng, hãy để Manchego đã ướp ở nhiệt độ phòng.

22. Nachos Ý

Khẩu phần: 1

Thành phần

Alfredo Sauce

- 1 cốc rưỡi
- 1 cốc kem đặc
- 2 muỗng canh bơ không muối
- 2 tép tỏi băm
- 1/2 cốc Parmesan
- Muối và tiêu
- 2 thìa bột mì

Bánh Nachos

- Giấy gói hoành thánh cắt thành hình tam giác
- 1 con gà luộc chín và xé nhỏ
- Ớt xào
- Phô mai mozzarella
- Quả ô liu
- Rau mùi tây xắt nhỏ
- Parmesan cheese

- Dầu chiên đậu phộng hoặc cải dầu

Hướng dẫn :

a) Thêm bơ không muối vào chảo nước sốt và đun chảy trên lửa vừa.

b) Khuấy tỏi cho đến khi tất cả bơ tan chảy.

c) Thêm bột nhanh chóng và đánh liên tục cho đến khi bột thành khối và vàng.

d) Trong một bát trộn, trộn kem đặc và nửa rưỡi.

e) Đun sôi, sau đó giảm lửa nhỏ và nấu trong 8-10 phút hoặc cho đến khi đặc lại.

f) Nêm với muối và hạt tiêu.

g) Hoành thánh: Đun nóng dầu trong chảo lớn trên lửa vừa cao, khoảng 1/3 chảo.

h) Thêm từng miếng hoành thánh vào và đun nóng cho đến khi mặt dưới hơi vàng, sau đó lật và nấu mặt còn lại.

i) Đặt một chiếc khăn giấy lên trên cống.

j) Làm nóng lò ở nhiệt độ 350°F và lót giấy nến vào khay nướng, tiếp theo là hoành thánh.

k) Thêm sốt Alfredo, thịt gà, ớt và phô mai mozzarella lên trên.

l) Đặt dưới vỉ nướng thịt trong lò nướng trong 5-8 phút hoặc cho đến khi phô mai tan chảy hoàn toàn.

m) Lấy ra khỏi lò và rắc ô liu, phô mai parmesan và mùi tây lên trên.

23. Pintxo gà

Khẩu phần 8

Thành phần

- 1,8 pound đùi gà không da, không xương cắt thành miếng 1"
- 1 muỗng canh ớt bột hun khói Tây Ban Nha
- 1 thìa cà phê lá oregano khô
- 2 thìa cà phê thì là xay
- 3/4 muỗng cà phê muối biển
- 3 tép tỏi băm
- 3 muỗng canh rau mùi tây băm
- 1/4 chén dầu ô liu nguyên chất
- Sốt Chimichurri đỏ

Hướng dẫn :

a) Trong một chậu trộn lớn, trộn tất cả các Nguyên liệu và trộn đều để các miếng thịt gà được phủ đều. Để ướp qua đêm trong tủ lạnh.

b) Ngâm xiên tre trong nước 30 phút. Dùng que xiên, xiên từng miếng gà.

c) Nướng trong 8-10 phút hoặc cho đến khi chín hẳn.

24. Giấy gói thịt bò Ý

PHỤC VỤ 4

Thành phần

- 1 muỗng cà phê dầu ô liu
- 1/2 chén ớt chuông xanh, cắt thành dải
- 1/2 chén hành tây, cắt thành dải
- 1/2 pepperoncini, thái lát mỏng
- 1/2 thìa cà phê gia vị Ý
- 8 lát thịt bò Ý Deli, dày 1/8"
- 8 que phô mai

Hướng

a) Trong chảo vừa, đun nóng dầu trên lửa vừa. Kết hợp dầu ô liu và bốn Thành phần sau vào tô trộn. Nấu trong 3-4 phút hoặc cho đến khi mềm giòn.

b) Đặt hỗn hợp lên đĩa và để nguội trong 15 phút.

c) Cách xếp chúng lại với nhau: Trên thớt, đặt phẳng bốn lát thịt bò Ý. Đặt 1 que phô mai dạng sợi vào giữa mỗi miếng thịt theo chiều ngang.

d) Thêm một phần hỗn hợp hạt tiêu và hành tây lên trên. Gấp một mặt của miếng thịt bò lên trên hỗn hợp phô mai và rau củ, sau đó bọc lại, đường may úp xuống.

e) Lắp ráp các cuộn lên trên một đĩa phục vụ.

25. Bánh cuộn Pepperoni kiểu Ý

Khẩu phần 35

Thành phần

- 5 bánh bột mì 10" (rau chân vịt phơi nắng cà chua hoặc bột mì trắng)
- 16 ounce phô mai kem đã làm mềm
- 2 thìa cà phê tỏi băm
- 1/2 cốc kem chua
- 1/2 chén phô mai Parmesan
- 1/2 chén phô mai Ý cắt nhỏ hoặc phô mai mozzarella
- 2 thìa cà phê gia vị Ý
- 16 ounce lát pepperoni
- 3/4 chén ớt vàng và cam thái nhỏ
- 1/2 chén nấm tươi thái nhỏ

Hướng dẫn :

a) Trong một chậu trộn, đánh kem phô mai cho đến khi mịn. Trộn tỏi, kem chua, pho mát và gia vị Ý vào tô trộn. Trộn cho đến khi mọi thứ được trộn đều.

b) Trải đều hỗn hợp lên 5 chiếc bánh bột mì. Phủ toàn bộ bánh tortilla bằng hỗn hợp phô mai.

c) Đặt một lớp pepperoni lên trên hỗn hợp phô mai.

d) Xếp pepperoni lên trên cùng với ớt và nấm thái lát thô.

e) Cuộn chặt từng chiếc bánh tortilla và bọc trong màng bọc thực phẩm.

f) Đặt sang một bên ít nhất 2 giờ trong tủ lạnh.

MÓN CHÍNH ĐỊA TRUNG

26. Cơm Ý Tây Ban Nha

Khẩu phần : 6

Thành phần :

- 1- lon 28 ounce cà chua thái hạt lựu hoặc nghiền nát của Ý
- 3 chén gạo trắng hạt dài bất kỳ hấp chín đóng gói
- 3 muỗng canh dầu hạt cải hoặc dầu thực vật
- 1 quả ớt chuông thái lát và làm sạch
- 2 tép tỏi tươi băm nhỏ
- 1/2 chén rượu vang đỏ hoặc rau hoặc nước dùng
- 2 muỗng canh mùi tây tươi xắt nhỏ
- 1/2 thìa cà phê lá oregano khô và húng quế khô
- muối, tiêu, ớt cayenne cho vừa ăn
- Trang trí: Phô mai xay Parmesan và Romano
- Ngoài ra, bạn có thể thêm bất kỳ thức ăn thừa đã nấu chín không xương nào: bít tết thái miếng, sườn lợn thái khối, thịt gà

cắt khối hoặc thử dùng thịt viên nghiền hoặc xúc xích nấu kiểu Ý cắt lát.

- Rau tùy chọn: bí xanh thái hạt lựu, nấm thái lát, cà rốt bào sợi, đậu Hà Lan hoặc bất kỳ loại rau nào bạn thích.

Hướng dẫn :

a) Thêm dầu ô liu, ớt và tỏi vào chảo rán lớn và nấu trong 1 phút.

b) Thêm cà chua thái hạt lựu hoặc nghiền nát, rượu vang và các Nguyên liệu còn lại vào chảo.

c) Đun nhỏ lửa trong 35 phút hoặc lâu hơn nếu bạn cho thêm rau vào.

d) Nếu sử dụng, hãy thêm thịt đã chuẩn bị sẵn và đun nóng trong nước sốt khoảng 5 phút trước khi cho cơm trắng đã nấu chín vào.

e) Ngoài ra, nếu dùng thì thịt đã chín rồi, chỉ cần hâm nóng trong nước sốt là được.

f) Để phục vụ, múc nước sốt lên đĩa cùng với cơm trộn và phủ phô mai cắt nhỏ và rau mùi tây tươi lên trên.

27. Paella xoắn kiểu Ý

Phục vụ: 4

Thành phần

- 2 chân gà còn da, chín vàng
- 2 đùi gà còn da, chín vàng
- 3 miếng xúc xích Ý lớn, chiên vàng rồi cắt thành khối 1 inch
- 1 quả ớt đỏ và vàng, cắt thành dải và rang trước
- 1 bó bông cải xanh baby luộc sẵn
- 1½ chén gạo, loại hạt ngắn như carnaroli hoặc arborio
- 4 chén nước luộc gà, hâm nóng
- 1 chén ớt đỏ nướng xay nhuyễn
- ¼ chén rượu trắng khô
- 1 củ hành vừa, thái hạt lựu lớn
- 4 tép tỏi lớn, cạo vỏ
- phô mai parmesan hoặc romano bào
- dầu ô liu

Hướng dẫn :

a) Bắt đầu bằng cách nướng chín miếng thịt gà của bạn trong chảo paella, tạo lớp vỏ ngon ở cả hai mặt và gần như chín đều nhưng chưa chín hẳn, sau đó đặt sang một bên.

b) Lau sạch dầu thừa trên chảo, sau đó lau sạch dầu thừa khỏi các mắt xúc xích.

c) Trong một chảo lớn, rưới dầu ô liu lên, sau đó cho tỏi và hành tây đã cạo vào xào cho đến khi mềm và vàng.

d) Thêm rượu và để nó sôi trong một phút.

e) Kết hợp tất cả số gạo với một nửa số ớt đỏ xay nhuyễn hoặc nhiều hơn một chút. Đảo đều cho đến khi cơm được phủ đều rồi ấn hỗn hợp gạo vào đáy chảo.

f) Thêm một ít phô mai bào, muối và hạt tiêu vào cơm.

g) Xếp các miếng xúc xích cùng với các miếng thịt gà xung quanh chảo.

h) Sắp xếp các loại rau còn lại xung quanh miếng thịt một cách sáng tạo.

i) Cẩn thận múc cả 4 cốc nước dùng ấm lên trên.

j) Dùng chổi quét bánh ngọt phết thêm ớt đỏ xay nhuyễn lên trên miếng gà để tăng thêm hương vị, chấm thêm một chút xung quanh nếu muốn.

k) Nấu ở nhiệt độ thấp, phủ giấy bạc cho đến khi hơi ẩm bốc hơi.

l) Làm nóng lò ở nhiệt độ 375°F và nướng chảo đã đậy nắp trong 15-20 phút để đảm bảo thịt chín đều.

m) Tiếp tục đun trên bếp cho đến khi gạo mềm.

n) Toàn bộ thời gian sẽ là khoảng 45 phút.

o) Đặt nó sang một bên trong vài phút để nguội.

p) Trang trí với húng quế tươi và rau mùi tây, xắt nhỏ.

28. Salad khoai tây Tây Ban Nha

Máy chủ 4

Thành phần :

- 3 củ khoai tây vừa (16 oz)
- 1 củ cà rốt lớn (3 oz), thái hạt lựu
- 5 thìa đậu xanh đã bóc vỏ
- 2/3 cốc (4 oz) đậu xanh
- 1/2 củ hành vừa, xắt nhỏ
- 1 quả ớt chuông đỏ nhỏ, xắt nhỏ
- 4 quả dưa chuột cocktail, thái lát
- 2 muỗng canh nụ bạch hoa bé
- 12 quả ô liu nhồi cá cơm
- 1 quả trứng nấu chín, thái lát mỏng 2/3 cốc (5 fl. oz) sốt mayonnaise
- 1 thìa nước cốt chanh
- 1 thìa cà phê mù tạt Dijon
- Tiêu đen mới xay, tùy khẩu vị. Mùi tây tươi cắt nhỏ, để trang trí

Hướng dẫn :

a) Nấu khoai tây và cà rốt trong nước muối nhẹ trong nồi. Đun sôi, sau đó giảm lửa nhỏ và nấu cho đến khi gần mềm.

b) Thêm đậu Hà Lan và đậu vào đun nhỏ lửa, thỉnh thoảng khuấy đều cho đến khi tất cả các loại rau đều mềm. Xả rau và đặt chúng vào đĩa để phục vụ.

c) Trong một tô trộn lớn, trộn hành tây, hạt tiêu, dưa chuột ri, nụ bạch hoa non, ô liu nhồi cá cơm và miếng trứng.

d) Trộn hoàn toàn sốt mayonnaise, nước cốt chanh và mù tạt vào một bát riêng. Đổ hỗn hợp này lên đĩa phục vụ và khuấy đều để phủ lên tất cả các **Nguyên liệu** . Rắc với một chút muối và hạt tiêu.

e) Làm lạnh sau khi trang trí với rau mùi tây cắt nhỏ.

f) Để tăng hương vị của món salad, hãy để nó ở nhiệt độ phòng khoảng 1 giờ trước khi dùng.

29. Carbonara Tây Ban Nha

Phục vụ: 2-3

Thành phần

- 1 miếng chorizo nhỏ thái hạt lựu
- 1 tép tỏi băm nhuyễn
- 1 quả cà chua nhỏ thái hạt lựu
- 1 lon gabanzo
- Gia vị khô: muối, ớt bột, lá oregano, hạt thì là, hoa hồi
- pimenton (ớt bột) cho trứng
- dầu ô liu nguyên chất
- 2 quả trứng
- 4-6 gam. mỳ ống
- phô mai Ý chất lượng tốt

Hướng dẫn :

a) Với một lượng nhỏ dầu ô liu, xào tỏi, cà chua và chorizo trong vài phút, sau đó thêm đậu và gia vị dạng lỏng và khô. Đun sôi, sau đó giảm nhiệt xuống mức thấp cho đến khi chất lỏng giảm đi một nửa.

b) Trong lúc đó, đun sôi nước mì ống và chuẩn bị trứng cho vào chảo cùng với garbanzos và cho vào lò nướng đã làm nóng trước. Để tăng thêm hương vị Tây Ban Nha, tôi rắc chúng với hỗn hợp gia vị đã chuẩn bị sẵn và ớt.

c) Bây giờ là thời điểm lý tưởng để cho mì ống vào nồi khi chảo đang ở trong lò và nước đang sôi. Cả hai đều phải sẵn sàng cùng một lúc.

30. Thịt viên sốt cà chua

Máy chủ 4

Thành phần :

- 2 muỗng canh dầu ô liu
- 8 oz thịt bò xay
- 1 cốc (2 oz) vụn bánh mì trắng tươi
- 2 muỗng canh phô mai Manchego hoặc Parmesan bào
- 1 muỗng canh bột cà chua
- 3 tép tỏi, thái nhỏ
- 2 hành lá, thái nhỏ
- 2 muỗng cà phê húng tây tươi xắt nhỏ
- 1/2 thìa cà phê nghệ
- Muối và hạt tiêu cho vừa ăn
- 2 cốc (16 oz) cà chua mận đóng hộp, cắt nhỏ
- 2 muỗng canh rượu vang đỏ
- 2 muỗng cà phê lá húng quế tươi xắt nhỏ
- 2 muỗng cà phê hương thảo tươi xắt nhỏ

Hướng dẫn :

a) Kết hợp thịt bò, vụn bánh mì, phô mai, bột cà chua, tỏi, hành lá, trứng, húng tây, nghệ, muối và hạt tiêu vào tô trộn.

b) Dùng tay nặn hỗn hợp thành 12 đến 15 quả bóng chắc chắn.

c) Trong chảo, đun nóng dầu ô liu trên lửa vừa cao. Nấu trong vài phút hoặc cho đến khi thịt viên chín vàng đều các mặt.

d) Trong một tô trộn lớn, trộn cà chua, rượu vang, húng quế và hương thảo. Nấu, thỉnh thoảng khuấy trong khoảng 20 phút hoặc cho đến khi thịt viên chín.

e) Thêm muối và hạt tiêu, sau đó dùng kèm với rapini chần, spaghetti hoặc bánh mì.

31. Trắng súp đậu

Khẩu phần: 4

Thành phần :

- 1 củ hành tây xắt nhỏ
- 2 muỗng canh dầu ô liu
- 2 cọng cần tây xắt nhỏ
- 3 tép tỏi băm
- 4 cốc đậu cannellini đóng hộp
- 4 chén nước luộc gà
- Muối và hạt tiêu cho vừa ăn
- 1 muỗng cà phê hương thảo tươi
- 1 chén bông cải xanh
- 1 muỗng canh dầu truffle
- 3 muỗng canh phô mai parmesan bào

Hướng dẫn :

a) Trong chảo lớn, đun nóng dầu.

b) Nấu cần tây và hành tây trong chảo khoảng 5 phút.

c) Thêm tỏi và khuấy đều để kết hợp. Nấu thêm 30 giây nữa.

d) Cho đậu, 2 chén nước luộc gà, hương thảo, muối và tiêu cũng như bông cải xanh vào.

e) Đun sôi chất lỏng và sau đó giảm nhiệt độ thấp trong 20 phút.

f) Trộn súp bằng máy xay cầm tay cho đến khi đạt độ mịn mong muốn.

g) Giảm nhiệt xuống thấp và rắc dầu truffle vào.

h) Múc súp ra đĩa và rắc phô mai Parmesan trước khi dùng.

32. cháo cá

Khẩu phần: 8

Thành phần :

- 32 oz. có thể thái hạt lựu cà chua
- 2 muỗng canh dầu ô liu
- ¼ chén cần tây xắt nhỏ
- ½ chén nước dùng cá
- ½ chén rượu trắng
- 1 cốc nước ép V8 cay
- 1 quả ớt chuông xanh xắt nhỏ
- 1 củ hành tây xắt nhỏ
- 4 tép tỏi băm
- Muối tiêu cho vừa ăn
- 1 thìa cà phê gia vị Ý
- 2 củ cà rốt gọt vỏ và thái lát
- 2 ½ lb. cá rô phi cắt miếng
- ½ lb. tôm bóc vỏ và bỏ chỉ

Hướng dẫn :

a) Trong nồi lớn, đun nóng dầu ô liu trước.

b) Nấu ớt chuông, hành tây và cần tây trong chảo nóng trong 5 phút.

c) Sau đó, thêm tỏi. Nấu trong 1 phút sau đó.

d) Trong một tô trộn lớn, trộn tất cả các Nguyên liệu còn lại trừ hải sản.

e) Nấu món hầm trong 40 phút ở nhiệt độ thấp.

f) Thêm cá rô phi và tôm vào và khuấy đều.

g) Đun nhỏ lửa thêm 5 phút.

h) Nếm thử và điều chỉnh gia vị trước khi dùng.

33. Pasta và Fagioli

Khẩu phần: 10

Thành phần :

- 1 ½ lb thịt bò xay
- 2 củ hành tây xắt nhỏ
- ½ muỗng cà phê ớt đỏ
- 3 muỗng canh dầu ô liu
- 4 cọng cần tây xắt nhỏ
- 2 tép tỏi băm
- 5 chén nước luộc gà
- 1 cốc nước sốt cà chua
- 3 muỗng canh bột cà chua
- 2 thìa cà phê lá oregano
- 1 thìa cà phê húng quế
- Muối và hạt tiêu cho vừa ăn
- 1 15 oz. đậu cannellini có thể
- 2 chén mì Ý nhỏ nấu chín

Hướng dẫn :

a) Trong một cái nồi lớn, đun chín thịt trong 5 phút hoặc cho đến khi thịt không còn màu hồng nữa. Loại bỏ khỏi phương trình.

b) Trong chảo lớn, đun nóng dầu ô liu rồi xào hành, cần tây và tỏi trong 5 phút.

c) Thêm nước dùng, nước sốt cà chua, tương cà chua, muối, tiêu, húng quế và ớt đỏ vào rồi khuấy đều.

d) Đậy nắp chảo. Súp sau đó nên được nấu trong 1 giờ.

e) Thêm thịt bò và nấu thêm 15 phút nữa.

f) Thêm đậu và khuấy đều để kết hợp. Sau đó, nấu trong 5 phút ở nhiệt độ thấp.

g) Khuấy mì ống đã nấu chín và nấu trong 3 phút hoặc cho đến khi nóng.

34. Súp thịt viên và Tortellini

Khẩu phần: 6

Thành phần :

- 2 muỗng canh dầu ô liu
- 1 củ hành tây thái hạt lựu
- 3 tép tỏi băm
- Muối và hạt tiêu cho vừa ăn
- 8 cốc nước luộc gà
- 1 ½ cốc cà chua thái hạt lựu đóng hộp
- 1 chén cải xoăn xắt nhỏ
- 1 cốc đậu Hà Lan đông lạnh đã rã đông
- 1 thìa cà phê húng quế nghiền
- 1 thìa cà phê lá oregano
- 1 lá nguyệt quế
- 1 lb. thịt viên rã đông – bất kỳ loại nào
- 1 lb tortellini phô mai tươi
- ¼ chén phô mai Parmesan bào

Hướng dẫn :

a) Trong một cái nồi lớn, đun nóng dầu ô liu rồi xào hành và tỏi trong 5 phút.

b) Trong một cái chảo lớn, kết hợp nước luộc gà, cà chua xắt nhỏ, cải xoăn, đậu Hà Lan, húng quế, lá oregano, muối, hạt tiêu và lá nguyệt quế.

c) Đun sôi chất lỏng tiếp theo. Sau đó, nấu trong 5 phút ở nhiệt độ thấp.

d) Loại bỏ lá nguyệt quế và ném nó ra.

e) Đun nhỏ lửa thêm 5 phút nữa sau khi thêm thịt viên và bánh tortellini.

f) Cuối cùng nhưng không kém phần quan trọng, hãy dọn ra bát với phô mai bào ở trên.

35. gà Marsala

Khẩu phần: 4

Thành phần :

- ¼ chén bột mì
- Muối và hạt tiêu cho vừa ăn
- ½ thìa cà phê húng tây
- 4 ức gà rút xương , giã nhuyễn
- ¼ cốc bơ
- ¼ chén dầu ô liu
- 2 tép tỏi băm
- 1 ½ chén nấm thái lát
- 1 củ hành tây thái nhỏ
- 1 cốc marsala
- ¼ cốc rưởi hoặc kem đặc

Hướng dẫn :

a) Trong một bát trộn, trộn bột mì, muối, hạt tiêu và húng tây.

b) Trong một bát riêng, nạo ức gà vào hỗn hợp.

c) Trong một cái chảo lớn, làm tan chảy bơ và dầu.

d) Nấu tỏi trong 3 phút trong chảo.

e) Cho gà vào và nấu trong 4 phút mỗi mặt.

f) Trong chảo, kết hợp nấm, hành tây và marsala.

g) Nấu gà trong 10 phút ở nhiệt độ thấp.

h) Chuyển gà vào đĩa phục vụ.

i) Trộn nửa rưỡi hoặc kem đặc vào. Sau đó, trong khi nấu ở tốc độ cao trong 3 phút, khuấy liên tục.

j) Ướp gà với nước sốt

36. Gà Cheddar Tỏi

Khẩu phần: 8

Thành phần :

- ¼ cốc bơ
- ¼ chén dầu ô liu
- ½ cốc phô mai parmesan bào
- ½ cốc vụn bánh mì Panko
- ½ cốc bánh quy giòn Ritz nghiền nát
- 3 tép tỏi băm
- 1 ¼ phô mai cheddar sắc nét
- ¼ thìa cà phê gia vị Ý
- Muối và hạt tiêu cho vừa ăn
- ¼ chén bột mì
- 8 ức gà

Hướng dẫn :

a) Làm nóng lò ở nhiệt độ 350 độ F.

b) Trong chảo, làm tan chảy bơ và dầu ô liu rồi nấu tỏi trong 5 phút.

c) Trong một tô trộn lớn, trộn vụn bánh mì, bánh quy giòn, cả pho mát, gia vị, muối và tiêu.

d) Nhúng từng miếng thịt gà vào hỗn hợp bơ/dầu ô liu càng nhanh càng tốt.

e) Bột gà và nạo nó trong đó.

f) Làm nóng lò ở nhiệt độ 350°F và phủ hỗn hợp vụn bánh mì lên gà.

g) Xếp từng miếng thịt gà vào khay nướng.

h) Rưới hỗn hợp bơ/dầu lên trên.

i) Làm nóng lò ở nhiệt độ 350°F và nướng trong 30 phút.

j) Để có độ giòn hơn, đặt dưới vỉ nướng trong 2 phút.

37. Fettuccini gà Alfredo

Khẩu phần: 8

Thành phần :

- 1 lb mì fettuccine
- 6 ức gà không xương, không da, cắt thành khối vuông đẹp mắt $\frac{3}{4}$ cốc bơ, chia đều
- 5 tép tỏi băm
- 1 thìa cà phê húng tây
- 1 thìa cà phê lá oregano
- 1 củ hành tây thái hạt lựu
- 1 chén nấm thái lát
- $\frac{1}{2}$ chén bột mì
- Muối và hạt tiêu cho vừa ăn
- 3 cốc sữa đầy đủ
- 1 cốc kem đặc
- $\frac{1}{4}$ chén phô mai gruyere bào
- $\frac{3}{4}$ cốc phô mai parmesan bào

Hướng dẫn :

a) Làm nóng lò ở nhiệt độ 350°F và nấu mì ống theo hướng dẫn trên bao bì , khoảng 10 phút.

b) Trong chảo, làm tan chảy 2 thìa bơ và thêm thịt gà cắt khối, tỏi, húng tây và lá oregano vào, nấu ở lửa nhỏ trong 5 phút hoặc cho đến khi gà không còn màu hồng. Xóa .

c) Trong cùng một chiếc chảo, làm tan chảy 4 thìa bơ còn lại rồi xào hành tây và nấm.

d) Khuấy bột mì, muối và hạt tiêu trong 3 phút.

e) Thêm kem đặc và sữa. Khuấy thêm 2 phút nữa.

f) Khuấy phô mai trong 3 phút ở nhiệt độ thấp.

g) Cho gà vào chảo và nêm nếm vừa ăn.

h) Nấu trong 3 phút ở mức thấp.

i) Đổ nước sốt lên mì ống.

38. Ziti với xúc xích

Khẩu phần: 8

Thành phần :

- 1 lb xúc xích Ý vụn
- 1 chén nấm thái lát
- ½ chén cần tây thái hạt lựu
- 1 củ hành tây thái hạt lựu
- 3 tép tỏi băm
- 42 oz. nước sốt spaghetti mua ở cửa hàng hoặc tự làm
- Muối và hạt tiêu cho vừa ăn
- ½ thìa cà phê lá oregano
- ½ muỗng cà phê húng quế
- 1 lb mì ống ziti chưa nấu chín
- 1 cốc phô mai mozzarella thái nhỏ
- ½ cốc phô mai parmesan bào
- 3 muỗng canh rau mùi tây xắt nhỏ

Hướng dẫn :

a) Trong chảo, xào xúc xích, nấm, hành tây và cần tây trong 5 phút.

b) Sau đó, thêm tỏi. Nấu thêm 3 phút nữa. Loại bỏ khỏi phương trình.

c) Thêm nước sốt spaghetti, muối, hạt tiêu, lá oregano và húng quế vào chảo riêng.

d) Đun sôi nước sốt trong 15 phút.

e) Chuẩn bị mì ống trong chảo theo **hướng dẫn trên bao bì** trong khi nấu nước sốt. Làm khô hạn.

f) Làm nóng lò ở nhiệt độ 350 độ F.

g) Trong đĩa nướng, xếp ziti, hỗn hợp xúc xích và phô mai mozzarella cắt nhỏ thành hai lớp.

h) Rắc mùi tây và phô mai parmesan lên trên.

i) Làm nóng lò ở nhiệt độ 350°F và nướng trong 25 phút.

39. Xúc xích và ớt

Khẩu phần: 4

Thành phần :

- 1 gói mì spaghetti
- 1 muỗng canh dầu ô liu
- 4 miếng xúc xích Ý ngọt cắt thành miếng vừa ăn
- 2 quả ớt chuông đỏ cắt thành dải.
- 2 quả ớt chuông xanh cắt thành dải
- 2 quả ớt chuông màu cam cắt thành dải
- 3 tép tỏi băm
- 1 thìa cà phê gia vị Ý
- Muối và hạt tiêu cho vừa ăn
- 3 muỗng canh dầu ô liu nguyên chất
- 12 oz. cà chua thái hạt lựu đóng hộp
- 3 muỗng canh rượu vang đỏ
- 1/3 chén rau mùi tây xắt nhỏ
- 1/4 cốc phô mai Asiago bào

Hướng dẫn :

a) Nấu mì spaghetti theo hướng dẫn trên bao bì , quá trình này sẽ mất khoảng 5 phút. Xả b) Trong chảo, đun nóng dầu ô liu và làm chín xúc xích trong 5 phút.

b) Đặt xúc xích vào đĩa phục vụ.

c) Thêm ớt, tỏi, gia vị Ý, muối và hạt tiêu vào cùng chảo.

d) Rưới 3 muỗng canh dầu ô liu lên ớt.

e) Thêm cà chua thái hạt lựu và rượu vào rồi khuấy đều.

f) Xào tổng cộng 10 phút.

g) Điều chỉnh gia vị bằng cách trộn mì spaghetti với ớt.

h) Thêm mùi tây và phô mai Asiago lên trên.

40. Lasagna Saucy

Khẩu phần: 4

Thành phần :

- 1 ½ lb xúc xích Ý cay vụn
- 5 cốc nước sốt spaghetti mua ở cửa hàng
- 1 cốc nước sốt cà chua
- 1 thìa cà phê gia vị Ý
- ½ chén rượu vang đỏ
- 1 muỗng canh đường
- 1 muỗng canh dầu
- 5 găng tay tỏi băm
- 1 củ hành tây thái hạt lựu
- 1 cốc phô mai mozzarella thái nhỏ
- 1 cốc phô mai provolone cắt nhỏ
- 2 cốc phô mai ricotta
- 1 cốc phô mai
- 2 quả trứng lớn
- ¼ cốc sữa

- 9 mì mì lasagna - parboil ed
- ¼ chén phô mai parmesan bào

Hướng dẫn :

a) Làm nóng lò ở nhiệt độ 375 độ F.

b) Trong chảo, chiên xúc xích vụn trong 5 phút. Bất kỳ dầu mỡ nên được loại bỏ.

c) Trong một nồi lớn, trộn nước sốt mì ống, nước sốt cà chua, gia vị Ý, rượu vang đỏ và đường rồi trộn kỹ.

d) Trong chảo, đun nóng dầu ô liu. Sau đó, xào tỏi và hành tây trong 5 phút.

e) Cho xúc xích, tỏi và hành tây vào nước sốt.

f) Sau đó, đậy nắp chảo và đun nhỏ lửa trong 45 phút.

g) Trong một đĩa trộn, trộn phô mai mozzarella và provolone.

h) Trong một bát riêng, trộn ricotta, phô mai, trứng và sữa.

i) Trong đĩa nướng 9 x 13, đổ 1½ cốc nước sốt vào đáy đĩa.

j) Bây giờ xếp mì, nước sốt, ricotta và mozzarella vào đĩa nướng thành ba lớp.

k) Trải phô mai parmesan lên trên.

l) Nướng trong đĩa có nắp đậy trong 30 phút.

m) Nướng thêm 15 phút nữa sau khi mở đĩa ra.

41. Bữa tối hải sản Diavolo

Khẩu phần: 4

Thành phần :

- 1lb. tôm lớn bóc vỏ và bỏ chỉ
- ½ lb. sò điệp nướng
- 3 muỗng canh dầu ô liu
- ½ muỗng cà phê ớt đỏ
- Muối để nếm
- 1 củ hành tây thái nhỏ
- ½ thìa cà phê húng tây
- ½ thìa cà phê lá oregano
- 2 phi lê cá cơm đập dập
- 2 muỗng canh bột cà chua
- 4 tép tỏi băm
- 1 cốc rượu vang trắng
- 1 thìa nước cốt chanh
- 2 ½ cốc cà chua thái hạt lựu
- 5 muỗng canh mùi tây

Hướng dẫn :

a) Trong một đĩa trộn, trộn tôm, sò điệp, dầu ô liu, ớt đỏ và muối.

b) Làm nóng chảo ở nhiệt độ 350°F. Trong 3 phút, xào hải sản thành từng lớp. Đây là điều có thể được thực hiện theo nhóm.

c) Đặt tôm và sò điệp vào đĩa phục vụ.

d) Làm nóng lại chảo.

e) Trong 2 phút, xào hành tây, rau thơm, phi lê cá cơm và tương cà chua.

f) Trộn rượu, nước cốt chanh và cà chua thái hạt lựu vào tô trộn.

g) Đun sôi chất lỏng.

h) Đặt nhiệt độ ở mức thấp. Nấu trong 15 phút sau đó.

i) Cho hải sản vào chảo cùng với rau mùi tây.

j) Nấu trong 5 phút ở nhiệt độ thấp.

42. Tôm và mì Scampi

Khẩu phần: 6

Thành phần :

- 1 gói mì ống
- $\frac{1}{4}$ cốc bơ
- 1 quả ớt chuông đỏ xắt nhỏ
- 5 tép tỏi băm
- 45 con tôm tươi sống bóc vỏ và bỏ chỉ $\frac{1}{2}$ chén rượu trắng khô $\frac{1}{4}$ chén nước luộc gà
- 2 thìa nước cốt chanh
- $\frac{1}{4}$ cốc bơ
- 1 muỗng cà phê ớt đỏ nghiền nát
- $\frac{1}{2}$ thìa cà phê nghệ tây
- $\frac{1}{4}$ chén mùi tây xắt nhỏ
- Muối để nếm

Hướng dẫn :

a) Nấu mì ống theo hướng dẫn trên bao bì, quá trình này sẽ mất khoảng 10 phút.

b) Xả nước và đặt nó sang một bên.

c) Trong một cái chảo lớn, làm tan chảy bơ.

d) Nấu ớt chuông và tỏi trong chảo trong 5 phút.

e) Thêm tôm vào và tiếp tục xào thêm 5 phút nữa.

f) Gắp tôm ra đĩa nhưng giữ lại tỏi và tiêu trong chảo.

g) Đun sôi rượu trắng, nước dùng và nước cốt chanh.

h) Cho tôm trở lại chảo với 14 cốc khác ngon hơn.

i) Thêm mảnh ớt đỏ, nghệ tây và rau mùi tây và nêm muối cho vừa ăn.

j) Đun nhỏ lửa trong 5 phút sau khi trộn mì ống.

43. Tôm sốt kem Pesto

Khẩu phần: 6

Thành phần :

- 1 gói mì ống
- 1 muỗng canh dầu ô liu
- 1 củ hành tây xắt nhỏ
- 1 chén nấm thái lát
- 6 tép tỏi băm
- ½ cốc bơ
- Muối và hạt tiêu cho vừa ăn
- ½ thìa cà phê ớt cayenne
- 1 3/4 cốc Pecorino Romano bào
- 3 thìa bột mì
- ½ cốc kem đặc
- 1 cốc sốt pesto
- 1 lb tôm nấu chín, bóc vỏ và bỏ chỉ

Hướng dẫn :

a) Nấu mì ống theo hướng dẫn trên bao bì, quá trình này sẽ mất khoảng 10 phút. Làm khô hạn.

b) Trong chảo, đun nóng dầu rồi cho hành tây và nấm vào xào trong 5 phút.

c) Nấu trong 1 phút sau khi cho tỏi và bơ vào.

d) Trong chảo, đổ kem đặc vào và nêm muối, tiêu và ớt cayenne.

e) Đun nhỏ lửa thêm 5 phút nữa.

f) Thêm phô mai và khuấy đều để kết hợp. Tiếp tục đánh cho đến khi phô mai tan chảy.

g) Sau đó, để làm đặc nước sốt, trộn bột mì vào.

h) Nấu trong 5 phút với pesto và tôm.

i) Phủ mì ống với nước sốt.

44. Súp cá và Chorizo

Khẩu phần : 4

Thành phần :

- 2 đầu cá (dùng nấu nước luộc cá)
- 500 g phi lê cá , cắt thành khối
- 1 củ hành tây
- 1 tép tỏi
- 1 cốc rượu vang trắng
- 2 muỗng canh dầu ô liu
- 1 nắm rau mùi tây (xắt nhỏ)
- 2 chén nước dùng cá
- 1 nắm lá oregano (xắt nhỏ)
- 1 muỗng canh muối
- 1 muỗng canh tiêu
- 1 cần tây
- 2 lon cà chua (cà chua)
- 2 quả ớt đỏ
- 2 xúc xích chorizo

- 1 muỗng canh ớt bột
- 2 lá nguyệt quế

Hướng dẫn :

a) Làm sạch đầu cá. Mang nên được loại bỏ. Mùa muối. Nấu trong 20 phút ở nhiệt độ thấp. Loại bỏ khỏi phương trình.

b) Trong chảo, đổ dầu ô liu. Kết hợp hành tây, lá nguyệt quế, tỏi, chorizo và ớt bột vào tô trộn lớn. 7 phút trong lò nướng

c) Trong một tô trộn lớn, trộn ớt đỏ, cà chua, cần tây, hạt tiêu, muối, lá oregano, nước kho cá và rượu vang trắng.

d) Nấu tổng cộng 10 phút.

e) Cho cá vào. 4 phút trong lò nướng

f) Dùng cơm làm món ăn phụ.

g) Thêm rau mùi tây làm đồ trang trí.

45. Ratatouille Tây Ban Nha

Khẩu phần : 4

Thành phần :

- 1 quả ớt chuông đỏ (thái hạt lựu)
- 1 củ hành cỡ trung bình (thái lát hoặc cắt nhỏ)
- 1 tép tỏi
- 1 bí ngòi (xắt nhỏ)
- 1 quả ớt chuông xanh (thái hạt lựu)
- 1 muỗng canh muối
- 1 muỗng canh tiêu
- 1 lon cà chua (xắt nhỏ)
- 3 muỗng canh dầu ô liu
- 1 chút rượu trắng
- 1 nắm mùi tây tươi

Hướng dẫn :

a) Trong chảo, đổ dầu ô liu.

b) Cho hành tây vào. Để thời gian chiên 4 phút ở lửa vừa.

c) Cho tỏi và ớt vào. Để chiên thêm 2 phút nữa.

d) Cho bí xanh, cà chua, rượu trắng vào và nêm muối và tiêu cho vừa ăn.

e) Nấu trong 30 phút hoặc cho đến khi chín.

f) Trang trí với rau mùi tây, nếu muốn.

g) Ăn kèm với cơm hoặc bánh mì nướng như một món ăn phụ.

h) Thưởng thức!!!

46. Đậu và Chorizo hầm

Khẩu phần : 3

Thành phần :

- 1 củ cà rốt (thái hạt lựu)
- 3 muỗng canh dầu ô liu
- 1 củ hành tây cỡ vừa
- 1 quả ớt chuông đỏ
- 400g đậu fabes khô
- 300 gram xúc xích Chorizo
- 1 quả ớt chuông xanh
- 1 chén mùi tây (xắt nhỏ)
- 300g cà chua (thái hạt lựu)
- 2 chén nước dùng gà
- 300 gram đùi gà (phi lê)
- 6 tép tỏi
- 1 củ khoai tây cỡ vừa (thái hạt lựu)
- 2 thìa húng tây
- 2 muỗng canh muối cho vừa ăn

- 1 muỗng canh tiêu

Hướng dẫn :

a) Trong chảo, đổ dầu thực vật. Cho hành tây vào. Để chiên trong 2 phút ở lửa vừa.

b) Trong một tô trộn lớn, trộn tỏi, cà rốt, ớt chuông, chorizo và đùi gà. Cho phép 10 phút để nấu ăn.

c) Cho húng tây, nước luộc gà, đậu, khoai tây, cà chua, rau mùi tây vào và nêm muối và tiêu cho vừa ăn.

d) Nấu trong 30 phút hoặc cho đến khi đậu mềm và nước hầm đặc lại.

47. soup lạnh Tây ban nha

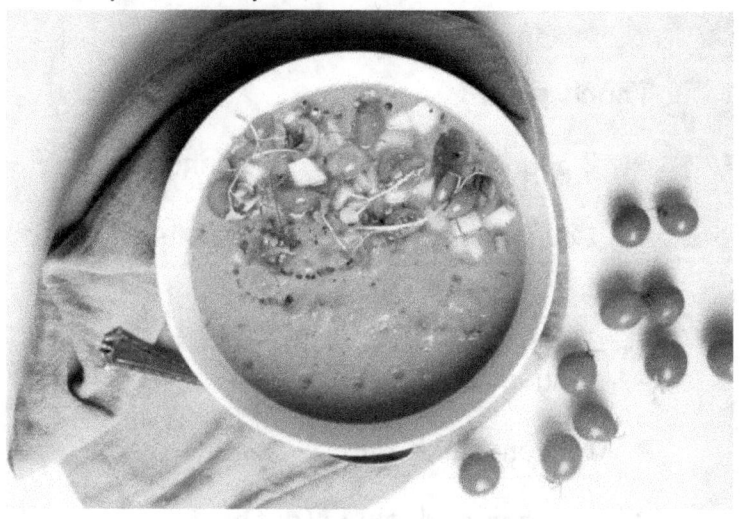

Khẩu phần : 6

Thành phần :

- 2 pound cà chua chín , xắt nhỏ
- 1 quả ớt chuông đỏ (thái hạt lựu)
- 2 tép tỏi (đất)
- 1 muỗng canh muối
- 1 muỗng canh tiêu
- 1 muỗng canh thì là (đất)
- 1 chén hành đỏ (xắt nhỏ)
- 1 quả ớt Jalapeno cỡ lớn
- 1 cốc dầu ô liu
- 1 quả chanh 1 quả dưa chuột cỡ vừa
- 2 muỗng canh giấm
- 1 cốc cà chua (nước ép)
- 1 muỗng canh sốt Worcestershire
- 2 muỗng canh húng quế tươi (thái lát)
- 2 lát bánh mì

Hướng dẫn :

a) Trong một bát trộn, kết hợp dưa chuột, cà chua, ớt, hành tây, tỏi, ớt jalapeño, muối và thì là. Khuấy mọi thứ lại với nhau hoàn toàn.

b) Trong máy xay sinh tố, trộn dầu ô liu, giấm, sốt Worcestershire, nước cốt chanh, nước ép cà chua và bánh mì. Trộn cho đến khi hỗn hợp hoàn toàn mịn.

c) Trộn hỗn hợp vừa xay vào hỗn hợp ban đầu bằng rây.

d) Hãy chắc chắn để kết hợp hoàn toàn mọi thứ.

e) Múc một nửa hỗn hợp vào máy xay và xay nhuyễn. Trộn cho đến khi hỗn hợp hoàn toàn mịn.

f) Cho hỗn hợp đã trộn trở lại phần còn lại của hỗn hợp. Khuấy mọi thứ lại với nhau hoàn toàn.

g) Làm lạnh bát trong 2 giờ sau khi đậy nắp.

h) Sau 2 giờ, lấy bát ra. Nêm hỗn hợp với muối và hạt tiêu. Rắc húng quế lên trên món ăn.

i) Phục vụ.

48. Mực và cơm

Khẩu phần : 4

Thành phần :

- 6 oz. hải sản (bất kỳ lựa chọn nào của bạn)
- 3 tép tỏi
- 1 củ hành cỡ vừa (thái lát)
- 3 muỗng canh dầu ô liu
- 1 quả ớt xanh (thái lát)
- 1 muỗng canh mực mực
- 1 bó mùi tây
- 2 muỗng canh ớt bột
- 550 gram mực (làm sạch)
- 1 muỗng canh muối
- 2 cần tây (thái hạt lựu)
- 1 lá nguyệt quế tươi
- 2 quả cà chua cỡ vừa (nạo)
- 300g cơm calasparra
- 125ml rượu trắng

- 2 chén nước dùng cá
- 1 quả chanh

Hướng dẫn :

a) Trong chảo rán, đổ dầu ô liu. Kết hợp hành tây, lá nguyệt quế, hạt tiêu và tỏi vào tô trộn. Để một vài phút chiên.

b) Cho mực và hải sản vào. Nấu trong vài phút rồi vớt mực/hải sản ra.

c) Trong một tô trộn lớn, trộn ớt bột, cà chua, muối, cần tây, rượu vang và mùi tây. Chờ 5 phút để rau chín hẳn.

d) Cho gạo đã vo sạch vào chảo. Cho nước luộc cá và mực mực vào tô trộn.

e) Nấu tổng cộng 10 phút. Kết hợp hải sản và mực trong một tô trộn lớn.

f) Nấu thêm 5 phút nữa.

g) Ăn kèm với aioli hoặc chanh.

49. Thỏ hầm cà chua

Khẩu phần : 5

Thành phần :

- 1 con thỏ đầy đủ , cắt thành từng miếng
- 1 lá nguyệt quế
- 2 củ hành tây cỡ lớn
- 3 tép tỏi
- 2 muỗng canh dầu ô liu
- 1 muỗng canh ớt bột ngọt
- 2 nhánh hương thảo tươi
- 1 lon cà chua
- 1 nhánh húng tây
- 1 cốc rượu vang trắng
- 1 muỗng canh muối
- 1 muỗng canh tiêu

Hướng dẫn :

a) Trong chảo rán, đun nóng dầu ô liu trên lửa vừa cao.

b) Làm nóng dầu trước và cho thịt thỏ vào. Chiên cho đến khi các miếng có màu nâu đều.

c) Loại bỏ nó sau khi nó hoàn thành.

d) Thêm hành và tỏi vào cùng một chảo. Nấu cho đến khi nó mềm hoàn toàn.

e) Trong một tô trộn lớn, trộn húng tây, ớt bột, hương thảo, muối, tiêu, cà chua và lá nguyệt quế. Cho phép 5 phút để nấu ăn.

f) Trộn thịt thỏ với rượu. Nấu, đậy nắp trong 2 giờ hoặc cho đến khi miếng thỏ chín và nước sốt đặc lại.

g) Ăn kèm với khoai tây chiên hoặc bánh mì nướng.

50. Tôm với thì là

Khẩu phần : 3

Thành phần :

- 1 muỗng canh muối
- 1 muỗng canh tiêu
- 2 tép tỏi (thái lát)
- 2 muỗng canh dầu ô liu
- 4 muỗng canh manzanilla sherry
- 1 củ thì là
- 1 nắm cọng mùi tây
- 600g cà chua bi
- 15 con tôm cỡ lớn , bóc vỏ
- 1 chén rượu trắng

Hướng dẫn :

a) Trong một cái chảo lớn, đun nóng dầu. Đặt những tép tỏi đã cắt vào tô. Để chiên cho đến khi tỏi có màu vàng nâu.

b) Thêm thì là và rau mùi tây vào hỗn hợp. Nấu trong 10 phút ở nhiệt độ thấp.

c) Trong một tô trộn lớn, trộn cà chua, muối, tiêu, rượu sherry và rượu vang. Đun sôi trong 7 phút hoặc cho đến khi nước sốt đặc lại.

d) Đặt tôm đã bóc vỏ lên trên. Nấu trong 5 phút hoặc cho đến khi tôm chuyển sang màu hồng.

e) Trang trí bằng cách rắc lá mùi tây.

f) Ăn kèm với bánh mì.

MÓN TRÁNG MIỆNG Địa Trung Hải

51. Panna Cotta Sôcôla

5 phần

Thành phần :

- 500ml kem đặc
- 10 g gelatin
- 70g sôcôla đen
- 2 thìa sữa chua
- 3 thìa đường
- một nhúm muối

Hướng dẫn :

a) Ngâm gelatine với một lượng nhỏ kem.

b) Trong một cái chảo nhỏ, đổ phần kem còn lại. Đun sôi đường và sữa chua, thỉnh thoảng khuấy đều nhưng không đun sôi. Lấy chảo ra khỏi bếp.

c) Khuấy sô cô la và gelatine cho đến khi chúng hòa tan hoàn toàn.

d) Đổ đầy bột vào khuôn và để nguội trong 2-3 giờ.

e) Để lấy panna cotta ra khỏi khuôn, hãy ngâm nó dưới nước nóng trong vài giây trước khi lấy món tráng miệng ra.

f) Trang trí theo ý thích của bạn và phục vụ!

52. Galette phô mai với xúc xích Ý

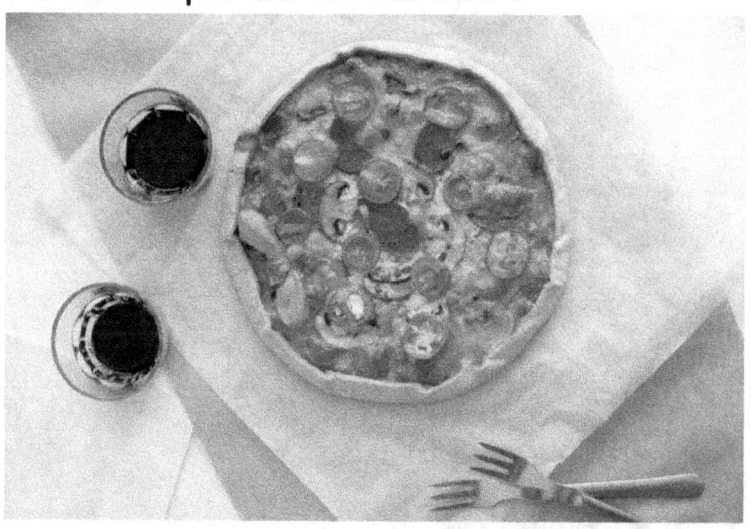

5 phần

Thành phần :

- 130 g bơ
- 300 g bột mì
- 1 thìa cà phê muối
- 1 quả trứng
- 80ml sữa
- 1/2 muỗng cà phê giấm
- Đổ đầy:
- 1 quả cà chua
- 1 quả ớt ngọt
- quả bí
- xúc xích Ý
- phô mai Mozzarella
- 1 muỗng canh dầu ô liu
- các loại thảo mộc (như húng tây, húng quế, rau bina)

Hướng dẫn :

a) Cắt bơ thành khối.

b) Trong một cái bát hoặc chảo, trộn dầu, bột mì và muối rồi dùng dao cắt nhỏ.

c) Cho một quả trứng, một ít giấm và một ít sữa vào.

d) Bắt đầu nhào bột. Để trong tủ lạnh nửa giờ sau khi vo tròn và bọc trong màng bọc thực phẩm.

e) Cắt tất cả nguyên liệu làm nhân.

f) Đặt nhân vào giữa miếng bột hình tròn lớn đã được cán trên giấy nến nướng (trừ phô mai Mozzarella).

g) Rắc dầu ô liu và nêm muối và hạt tiêu.

h) Sau đó cẩn thận nhấc các mép bột lên, quấn quanh các phần chồng lên nhau và ấn nhẹ vào.

i) Làm nóng lò ở 200°C và nướng trong 35 phút. Thêm mozzarella mười phút trước khi kết thúc thời gian nướng và tiếp tục nướng.

j) Phục vụ ngay lập tức!

53. Tiramisu

Khẩu phần: 6

Thành phần :

- 4 lòng đỏ trứng
- ¼ chén đường trắng
- 1 muỗng canh chiết xuất vani
- ½ cốc kem tươi
- 2 cốc phô mai mascarpone
- 30 ngón tay phụ nữ
- 1 ½ cốc cà phê đá lạnh để trong tủ lạnh
- ¾ cốc rượu mùi Frangelico
- 2 thìa bột cacao không đường

Hướng dẫn :

a) Trong một chậu trộn, đánh lòng đỏ trứng, đường và chiết xuất vani cho đến khi thành kem.

b) Sau đó, đánh kem tươi cho đến khi cứng lại.

c) Trộn phô mai mascarpone và kem đánh bông.

d) Trong một tô trộn nhỏ, trộn nhẹ mascarpone với lòng đỏ trứng và để sang một bên.

e) Kết hợp rượu với cà phê lạnh.

f) Nhúng ngón tay cái vào hỗn hợp cà phê ngay lập tức. Nếu ngón tay cái quá ướt hoặc ẩm ướt, chúng sẽ bị sũng nước.

g) Đặt một nửa số ngón tay cái lên đáy đĩa nướng 9x13 inch.

h) Đặt một nửa hỗn hợp làm đầy lên trên.

i) Đặt các ngón tay còn lại lên trên.

j) Đậy nắp lên đĩa. Sau đó, thư giãn trong 1 giờ.

k) Rắc bột ca cao.

54. Bánh Ricotta kem

Khẩu phần: 6

Thành phần :

- 1 vỏ bánh mua ở cửa hàng
- 1 ½ lb phô mai ricotta
- ½ cốc phô mai mascarpone
- 4 quả trứng đánh
- ½ chén đường trắng
- 1 muỗng canh rượu mạnh

Hướng dẫn :

a) Làm nóng lò ở nhiệt độ 350 độ F.

b) Kết hợp tất cả các thành phần làm đầy trong một bát trộn. Sau đó đổ hỗn hợp vào vỏ bánh.

c) Làm nóng lò ở nhiệt độ 350°F và nướng trong 45 phút.

d) Làm lạnh bánh ít nhất 1 giờ trước khi ăn.

55. bánh quy Anisette

Khẩu phần: 36

Thành phần :

- 1 cốc đường
- 1 cốc bơ
- 3 chén bột mì
- ½ cốc sữa
- 2 quả trứng đánh
- 1 muỗng canh bột nở
- 1 muỗng canh chiết xuất hạnh nhân
- 2 muỗng cà phê rượu mùi hồi
- 1 cốc đường bánh kẹo

Hướng dẫn :

a) Làm nóng lò ở nhiệt độ 375 độ F.

b) Đánh đều đường và bơ cho đến khi mịn và nhẹ.

c) Trộn bột mì, sữa, trứng, bột nở và chiết xuất hạnh nhân dần dần.

d) Nhào bột cho đến khi nó trở nên dính.

e) Tạo những quả bóng nhỏ từ những miếng bột có chiều dài 1 inch.

f) Làm nóng lò ở nhiệt độ 350°F và bôi mỡ lên khay nướng. Đặt các quả bóng lên tấm nướng bánh.

g) Làm nóng lò ở nhiệt độ 350°F và nướng bánh trong 8 phút.

h) Kết hợp rượu mùi hồi, đường bánh kẹo và 2 muỗng canh nước nóng vào tô trộn.

i) Cuối cùng, nhúng bánh quy vào men khi chúng còn ấm.

56. Panna cotta

Khẩu phần: 6

Thành phần :

- ⅓ cốc sữa
- 1 gói gelatin không mùi
- 2 ½ cốc kem đặc
- ¼ cốc đường
- ¾ cốc dâu tây cắt lát
- 3 muỗng canh đường nâu
- 3 muỗng canh rượu mạnh

Hướng dẫn :

a) Khuấy sữa và gelatin với nhau cho đến khi gelatin tan hoàn toàn. Loại bỏ khỏi phương trình.

b) Trong một cái chảo nhỏ, đun sôi kem đặc và đường.

c) Cho hỗn hợp gelatin vào kem đặc và đánh trong 1 phút.

d) Chia hỗn hợp cho 5 ramekin.

e) Đặt màng bọc thực phẩm lên trên các ramekins. Sau đó để lạnh trong 6 giờ.

f) Trong một bát trộn, trộn dâu tây, đường nâu và rượu mạnh; thư giãn ít nhất 1 giờ.

g) Đặt dâu tây lên trên panna cotta.

57. bánh flan vị caramen

Khẩu phần : 4

Thành phần :

- 1 muỗng canh chiết xuất vani
- 4 quả trứng
- 2 lon sữa (1 lon cô đặc và 1 lon đặc có đường)
- 2 cốc đánh bông kem
- 8 muỗng canh đường

Hướng dẫn :

a) Làm nóng lò ở nhiệt độ 350 độ F.

b) Trong chảo chống dính, đun chảy đường trên lửa vừa cho đến khi vàng.

c) Đổ đường lỏng vào chảo nướng khi còn nóng.

d) Trong một đĩa trộn, đập và đánh trứng. Trộn sữa đặc, chiết xuất vani, kem và sữa có đường vào tô trộn. Thực hiện một sự pha trộn kỹ lưỡng.

e) Đổ bột vào chảo nướng đã phủ đường tan chảy. Đặt chảo vào chảo lớn hơn với 1 inch nước sôi.

f) Ngâm trong 60 phút.

58. Kem Catalan

Khẩu phần : 3

Thành phần :

- 4 lòng đỏ trứng
- 1 cây quế (thanh)
- 1 quả chanh (vỏ)
- 2 muỗng canh bột bắp
- 1 cốc đường
- 2 cốc sữa
- 3 cốc trái cây tươi (quả mọng hoặc quả sung)

Hướng dẫn :

a) Trong chảo, đánh đều lòng đỏ trứng và một phần lớn đường. Trộn cho đến khi hỗn hợp sủi bọt và mịn.

b) Thêm thanh quế với vỏ chanh. Thực hiện một sự pha trộn kỹ lưỡng.

c) Trộn bột bắp và sữa vào. Dưới lửa nhỏ, khuấy đều cho đến khi hỗn hợp đặc lại.

d) Lấy nồi ra khỏi lò. Để nguội trong vài phút.

e) Đổ hỗn hợp vào ramekins và đặt sang một bên.

f) Đặt sang một bên ít nhất 3 giờ trong tủ lạnh.

g) Khi đã sẵn sàng phục vụ, rưới lượng đường còn lại lên trên ramekins.

h) Đặt ramekins ở kệ dưới cùng của nồi hơi. Để đường tan chảy cho đến khi chuyển sang màu nâu vàng.

i) Dùng để trang trí với trái cây.

59. Kem Tây Ban Nha cam chanh

Khẩu phần : 1 Khẩu phần

Nguyên liệu

- $4\frac{1}{2}$ thìa cà phê gelatine nguyên chất
- $\frac{1}{2}$ cốc nước cam
- $\frac{1}{4}$ cốc Nước chanh
- 2 tách Sữa
- 3 Những quả trứng, chia ra
- $\frac{2}{3}$ cốc Đường
- Chút muối
- 1 muỗng canh Vỏ cam bào vụn

Hướng dẫn :

a) Trộn gelatine, nước cam và nước cốt chanh với nhau và để yên trong 5 phút.

b) Đun sôi sữa rồi cho lòng đỏ, đường, muối và vỏ cam vào đánh đều.

c) Nấu trong nồi hơi đôi cho đến khi ngập mặt sau của thìa (trên nước nóng, không sôi).

d) Sau đó, thêm hỗn hợp gelatine. Mát mẻ.

e) Thêm lòng trắng trứng đánh bông cứng vào hỗn hợp.

f) Làm lạnh cho đến khi thiết lập.

60. dưa say

Khẩu phần : 4 đến 6 phần ăn

Nguyên liệu

- Cho món ăn Lựa chọn từ 3 đến 6 loại phô mai Tây Ban Nha khác nhau
- 1 Rượu cảng chai
- 1 Dưa , bỏ đầu và bỏ hạt

Hướng dẫn :

a) Một đến ba ngày trước bữa tối, đổ cảng vào dưa.

b) Làm lạnh trong tủ lạnh, bọc trong màng bọc thực phẩm và thay phần trên.

c) Lấy dưa ra khỏi tủ lạnh và tháo màng bọc và mặt trên khi sẵn sàng phục vụ.

d) Lấy cổng ra khỏi dưa và đặt nó vào một cái bát.

e) Cắt dưa thành từng miếng sau khi loại bỏ vỏ. Đặt các miếng vào bốn đĩa ướp lạnh riêng biệt.

f) Phục vụ trên một món ăn phụ với pho mát.

61. kem hạnh nhân

Khẩu phần : 1 phần ăn

Nguyên liệu

- 1 cái ly Hạnh nhân tái nhợt; nướng
- 2 tách Nước suối
- ¾ cốc Đường
- 1 nhúm Quế
- 6 muỗng canh Xi-rô ngô nhẹ
- 2 muỗng canh rượu Amaretto
- 1 muỗng cà phê Vỏ chanh

Hướng dẫn :

a) Trong máy xay thực phẩm, xay hạnh nhân thành bột. Trong một cái chảo lớn, trộn nước, đường, xi-rô ngô, rượu, vỏ và quế, sau đó thêm các loại hạt xay.

b) Trên lửa vừa, khuấy liên tục cho đến khi đường tan và hỗn hợp sôi. 2 phút khi sôi

c) Để nguội Sử dụng máy làm kem, khuấy hỗn hợp cho đến khi đông lạnh.

d) Nếu bạn không có máy làm kem, hãy chuyển hỗn hợp vào tô inox và đông lạnh cho đến khi cứng lại, khuấy đều 2 giờ một lần.

62. Bánh táo Tây Ban Nha

Khẩu phần : 8 phần ăn

Nguyên liệu

- ¼ pound Bơ
- ½ cốc Đường
- 1 Lòng đỏ trứng
- 1½ cốc Bột rây
- 1 dấu gạch ngang Muối
- ⅛ thìa cà phê Bột nở
- 1 cái ly Sữa
- ½ Vỏ chanh
- 3 Lòng đỏ trứng
- ¼ cốc Đường
- ¼ cốc Bột mì
- 1½ muỗng canh Bơ
- ¼ cốc Đường
- 1 muỗng canh Nước chanh
- ½ thìa cà phê Quế

- 4 Táo gọt vỏ và thái lát
- Quả táo; quả mơ, hoặc bất kỳ loại thạch nào bạn chọn

Hướng dẫn :

a) Làm nóng lò ở nhiệt độ 350°F. Kết hợp đường và bơ vào tô trộn. Trộn đều các nguyên liệu còn lại cho đến khi một quả bóng hình thành.

b) Cán bột vào chảo dạng lò xo hoặc khuôn làm bánh nướng. Giữ lạnh cho đến khi sẵn sàng sử dụng.

c) Trộn nước cốt chanh, quế và đường vào tô trộn. Trộn táo với nhau và trộn đều. Đây là điều có thể làm được trước thời hạn.

d) Thêm vỏ chanh vào sữa. Đun sôi sữa, sau đó giảm lửa nhỏ trong 10 phút. Trong khi đó, trong chảo nước sốt dày, đánh đều lòng đỏ trứng và đường.

e) Khi sữa đã sẵn sàng, đổ từ từ vào hỗn hợp lòng đỏ trong khi liên tục đánh ở lửa nhỏ. Từ từ trộn bột vào trong khi đánh trên lửa nhỏ.

f) Tiếp tục đánh hỗn hợp cho đến khi mịn và đặc. Lấy chảo ra khỏi bếp. Từ từ khuấy bơ cho đến khi nó tan chảy.

g) Đổ đầy lớp vỏ bằng sữa trứng. Để tạo một lớp đơn hoặc lớp kép, hãy đặt táo lên trên. Đặt bánh vào lò nướng ở nhiệt độ 350°F trong khoảng 1 giờ sau khi nướng xong.

h) Lấy ra và đặt sang một bên để nguội. Khi táo đủ nguội để cầm, hãy làm ấm loại thạch bạn chọn và rưới lên trên.

i) Đặt thạch sang một bên để nguội. Phục vụ.

63. sữa trứng Caramel

Khẩu phần : 1 Khẩu phần

Nguyên liệu

- ½ cốc Đường cát
- 1 muỗng cà phê Nước
- 4 Lòng đỏ trứng hoặc 3 quả trứng nguyên quả
- 2 tách Sữa, bỏng
- ½ thìa cà phê Tinh dầu vanilla

Hướng dẫn :

a) Trong một cái chảo lớn, kết hợp 6 thìa đường và 1 cốc nước. Đun trên lửa nhỏ, thỉnh thoảng lắc hoặc khuấy bằng thìa gỗ để tránh bị cháy cho đến khi đường chuyển sang màu vàng.

b) Đổ xi-rô caramel vào đĩa nướng nông (8x8 inch) hoặc đĩa bánh càng sớm càng tốt. Để nguội cho đến khi cứng.

c) Làm nóng lò ở nhiệt độ 325 độ F.

d) Đánh lòng đỏ trứng hoặc cả quả trứng với nhau. Trộn sữa, chiết xuất vani và lượng đường còn lại cho đến khi hòa quyện hoàn toàn.

e) Đổ caramel đã nguội lên trên.

f) Đặt đĩa nướng vào bồn nước nóng. Nướng trong 1-112 giờ hoặc cho đến khi chín ở giữa. Mát, mát, mát.

g) Để phục vụ, hãy cẩn thận đảo ngược lên đĩa phục vụ.

64. bánh phô mai Tây Ban Nha

Khẩu phần : 10 phần ăn

Nguyên liệu

- 1 đồng kem phô mai
- 1½ cốc Đường; dạng hạt
- 2 quả trứng
- ½ thìa cà phê Quế; Đất
- 1 muỗng cà phê Vỏ chanh; Nạo
- ¼ cốc Bột tẩy trắng
- ½ thìa cà phê Muối
- 1 x Đường bánh kẹo
- 3 muỗng canh Bơ

Hướng dẫn :

a) Làm nóng lò ở nhiệt độ 400 độ F. Đánh kem phô mai, 1 thìa bơ và đường trong một chậu trộn lớn. Đừng đập phá.

b) Thêm từng quả trứng vào, đánh kỹ sau mỗi lần thêm.

c) Kết hợp quế, vỏ chanh, bột mì và muối. Bơ 2 thìa bơ còn lại vào chảo, dùng ngón tay dàn đều.

d) Đổ bột vào chảo đã chuẩn bị sẵn và nướng ở nhiệt độ 400 độ trong 12 phút, sau đó giảm xuống 350 độ và nướng thêm 25 đến 30 phút nữa. Con dao không được có bất kỳ dư lượng nào.

e) Khi bánh nguội đến nhiệt độ phòng, rắc đường bánh kẹo lên trên.

65. sữa trứng chiên Tây Ban Nha

Khẩu phần : 8 phần ăn

Nguyên liệu

- 1 Thanh quế
- Vỏ 1 quả chanh
- 3 chén Sữa
- 1 cái ly Đường
- 2 muỗng canh Bột ngô
- 2 thìa cà phê Quế
- Bột mì; để nạo vét
- Rửa trứng
- Dầu ô liu; để chiên

Hướng dẫn :

a) Cho thanh quế, vỏ chanh, 34 cốc đường và 212 cốc sữa vào nồi trên lửa vừa.

b) Đun sôi nhẹ, sau đó giảm lửa nhỏ và nấu trong 30 phút. Loại bỏ vỏ chanh và thanh quế. Kết hợp sữa còn lại và bột ngô trong một chậu trộn nhỏ.

c) Đánh thật kỹ. Khuấy hỗn hợp bột ngô vào sữa đun nóng với tốc độ chậm và đều. Đun sôi, sau đó giảm lửa nhỏ và nấu trong 8 phút, khuấy thường xuyên. Tắt lửa và đổ vào đĩa nướng 8 inch đã được phết bơ.

d) Để nguội hoàn toàn. Đậy nắp và làm lạnh cho đến khi nguội hoàn toàn. Tạo các hình tam giác 2 inch từ sữa trứng.

e) Cho 14 cốc đường còn lại và quế vào tô trộn. Trộn kỹ. Nhúng các hình tam giác vào bột mì cho đến khi phủ kín hoàn toàn.

f) Nhúng từng hình tam giác vào nước rửa trứng và nhỏ giọt phần thừa. Cho sữa trứng trở lại bột mì và phủ hoàn toàn.

g) Đun nóng dầu trong chảo xào lớn trên lửa vừa. Đặt các hình tam giác vào dầu nóng và chiên trong 3 phút hoặc cho đến khi có màu nâu cả hai mặt.

h) Lấy gà ra khỏi chảo và để ráo trên khăn giấy. Trộn với hỗn hợp đường quế và nêm muối và hạt tiêu.

i) Thực hiện tương tự với các hình tam giác còn lại.

66. Bánh atisô Ý

Khẩu phần : 8 phần ăn

Nguyên liệu

- 3 Trứng; bị đánh đập
- 1 Phô mai kem gói 3 Oz với lá hẹ; Làm mềm
- ¾ thìa cà phê Bột tỏi
- ¼ thìa cà phê Hạt tiêu
- 1½ cốc Phô mai Mozzarella, Sữa gầy một phần; cắt nhỏ
- 1 cái ly Phô mai ri-cô-ta
- ½ cốc mayonaise
- 1 14 trái tim Atisô Oz Can; Thoát nước
- ½ Đậu Garbanzo 15 Oz Can, Đóng hộp; Rửa sạch và để ráo nước
- 1 2 1/4 Oz Ô liu cắt lát có thể; Thoát nước
- 1 2 Oz Jar Pimientos; Thái hạt lựu và để ráo nước
- 2 muỗng canh Mùi tây; Đã cắt
- 1 Vỏ bánh (9 inch); Chưa nướng

- 2 cái nhỏ Cà chua; Cắt lát

Hướng dẫn :

a) Kết hợp trứng, phô mai kem, bột tỏi và hạt tiêu trong một chậu trộn lớn. Kết hợp 1 cốc phô mai mozzarella, phô mai ricotta và sốt mayonnaise vào tô trộn.

b) Khuấy đều cho đến khi mọi thứ được trộn đều.

c) Cắt đôi 2 trái atisô và đặt sang một bên. Cắt phần còn lại của trái tim.

d) Trộn hỗn hợp phô mai với trái tim cắt nhỏ, đậu garbanzo, ô liu, pimientos và rau mùi tây. Đổ đầy hỗn hợp vào vỏ bánh ngọt.

e) Nướng trong 30 phút ở 350 độ. Rắc phô mai mozzarella và parmesan còn lại lên trên.

f) Nướng thêm 15 phút nữa hoặc cho đến khi chín.

g) Để yên trong 10 phút.

h) Xếp các lát cà chua và trái atisô thành 4 lát lên trên.

i) Phục vụ

67. Đào nướng kiểu Ý

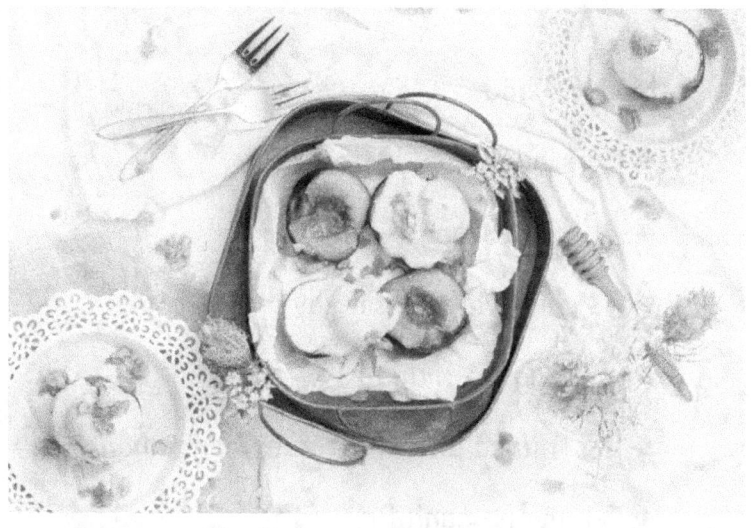

Khẩu phần : 1 Khẩu phần

Nguyên liệu

- 6 Những quả đào chín
- ⅓ cốc Đường
- 1 cái ly hạnh nhân xay
- 1 Lòng đỏ trứng
- ½ thìa cà phê Chiết xuất hạnh nhân
- 4 muỗng canh Bơ
- ¼ cốc Hạnh nhân cắt lát
- Kem nặng , tùy chọn

Hướng dẫn :

a) Làm nóng lò ở nhiệt độ 350 độ F. Đào phải được rửa sạch, cắt đôi và bỏ hạt. Trong máy xay thực phẩm, xay nhuyễn 2 nửa quả đào.

b) Trong một đĩa trộn, trộn nhuyễn, đường, hạnh nhân xay, lòng đỏ trứng và chiết xuất hạnh nhân. Để tạo thành hỗn hợp sệt mịn, hãy trộn tất cả Nguyên liệu vào tô trộn.

c) Đổ phần nhân lên mỗi nửa quả đào và đặt nửa quả đào đã đổ đầy vào khay nướng đã phết bơ.

d) Rắc hạnh nhân cắt lát và phết phần bơ còn lại lên những quả đào trước khi nướng trong 45 phút.

e) Ăn nóng hoặc lạnh, kèm theo kem hoặc kem.

68. Bánh mận mận cay kiểu Ý

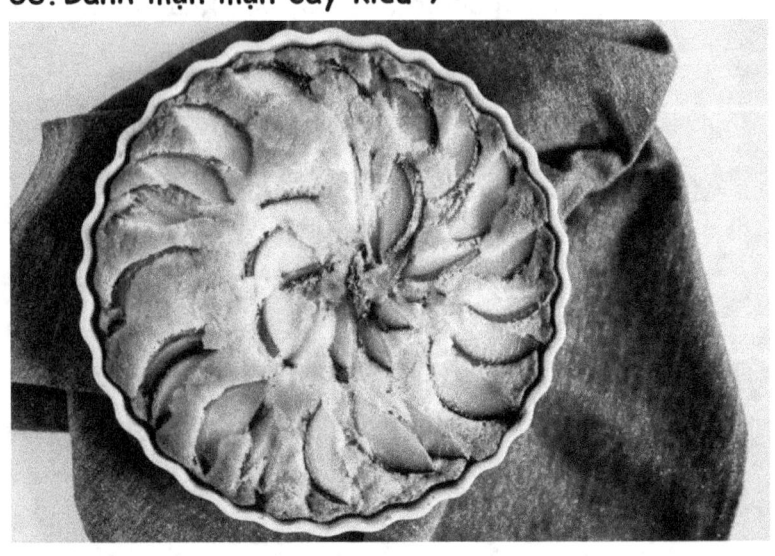

Khẩu phần : 12 phần ăn

Nguyên liệu

- 2 tách Tiếng Ý rỗ và chia thành bốn phần
- Mận mận nấu đến khi
- Mềm và mát
- 1 cái ly Bơ không muối, làm mềm
- $1\frac{3}{4}$ cốc Đường cát
- 4 Trứng
- 3 chén Bột rây
- $\frac{1}{4}$ cốc Bơ không muối
- $\frac{1}{2}$ pound Đường mịn
- $1\frac{1}{2}$ muỗng canh Cacao không đường
- Nhúm muối
- 1 muỗng cà phê Quế
- $\frac{1}{2}$ thìa cà phê đinh hương đất
- $\frac{1}{2}$ thìa cà phê hạt nhục đậu khấu
- 2 thìa cà phê baking soda

- ½ cốc Sữa

- 1 cái ly Quả óc chó, thái nhỏ

- 2 Để 3 muỗng canh mạnh, nóng

- Cà phê

- ¾ thìa cà phê Vanilla

Hướng:

a) Làm nóng lò ở nhiệt độ 350°F. Bơ và bột vào chảo Bundt 10 inch.

b) Trong một chậu trộn lớn, trộn bơ và đường cho đến khi mịn và nhạt.

c) Đánh từng quả trứng một.

d) Trộn bột mì, gia vị và baking soda vào rây. Phần ba, thêm hỗn hợp bột vào hỗn hợp bơ, xen kẽ với sữa. Chỉ đánh cho hòa quyện các nguyên liệu.

e) Thêm mận nấu chín và quả óc chó vào và khuấy đều. Đổ vào chảo đã chuẩn bị sẵn và nướng trong 1 giờ trong lò ở nhiệt độ 350°F hoặc cho đến khi bánh bắt đầu co lại từ các cạnh của chảo.

f) Để làm kem phủ, trộn bơ và đường làm bánh kẹo với nhau. Dần dần thêm đường và bột cacao vào, khuấy liên tục cho đến khi hòa quyện hoàn toàn. Mùa muối.

g) Khuấy một lượng nhỏ cà phê mỗi lần.

h) Đánh cho đến khi mịn và nhẹ, sau đó thêm vani và trang trí bánh.

69. Kẹo hạt Panish

Khẩu phần : 1 Khẩu phần

Nguyên liệu

- 1 cái ly Sữa
- 3 chén Đường nâu nhạt
- 1 muỗng canh bơ
- 1 muỗng cà phê Tinh dầu vanilla
- 1 đồng thịt quả óc chó; băm nhỏ

Hướng dẫn :

a) Đun sôi sữa với đường nâu cho đến khi chuyển màu caramen, sau đó thêm bơ và tinh chất vani ngay trước khi dùng.

b) Ngay trước khi lấy kẹo ra khỏi lửa, hãy thêm quả óc chó vào.

c) Trong một tô trộn lớn, trộn đều các loại hạt và cho hỗn hợp vào khuôn bánh muffin đã chuẩn bị sẵn.

d) Cắt thành hình vuông bằng một con dao sắc ngay lập tức.

70. Honeyed pudding

Khẩu phần : 6 phần ăn

Nguyên liệu

- ¼ cốc Bơ không muối
- 1½ cốc Sữa
- 2 lớn Trứng; bị đánh nhẹ
- 6 lát bánh mì đồng quê màu trắng; bị rách
- ½ cốc Thông thoáng; mật ong loãng, cộng thêm
- 1 muỗng canh Thông thoáng; mật ong mỏng
- ½ cốc Nước nóng; thêm
- 1 muỗng canh Nước nóng
- ¼ thìa cà phê quế xay
- ¼ thìa cà phê Vanilla

Hướng dẫn :

a) Làm nóng lò nướng ở nhiệt độ 350 độ và dùng một ít bơ để phết bơ vào đĩa bánh thủy tinh 9 inch. Đánh đều sữa và trứng, sau đó thêm các miếng bánh mì vào và đảo đều để phủ đều.

b) Để bánh mì ngâm trong 15 đến 20 phút, lật một hoặc hai lần. Trong chảo chống dính lớn, đun nóng phần bơ còn lại trên lửa vừa.

c) Chiên bánh mì đã ngâm trong bơ cho đến khi vàng, khoảng 2 đến 3 phút mỗi mặt. Chuyển bánh mì vào đĩa nướng.

d) Trong một cái bát, kết hợp mật ong và nước nóng và khuấy cho đến khi hỗn hợp được trộn đều.

e) Khuấy quế và vani rồi rưới hỗn hợp lên và xung quanh bánh mì.

f) Nướng khoảng 30 phút, hoặc cho đến khi có màu vàng nâu.

71. Bánh hành Tây Ban Nha

Khẩu phần : 2 phần ăn

Nguyên liệu

- ½ thìa cà phê Dầu ô liu
- 1 lít hành Tây Ban Nha
- ¼ cốc Nước
- ¼ cốc rượu vang đỏ
- ¼ thìa cà phê Hương Thảo khô
- 250 gam Những quả khoai tây
- cốc 3/16 Sữa chua tự nhiên
- ½ muỗng canh Bột mì
- ½ Trứng
- ¼ cốc Parmesan cheese
- ⅛ cốc Rau mùi tây Ý cắt nhỏ

Hướng dẫn :

a) Chuẩn bị hành Tây Ban Nha bằng cách cắt lát mỏng rồi nghiền khoai tây và phô mai parmesan.

b) Trong chảo có đáy nặng, đun nóng dầu. Nấu, thỉnh thoảng khuấy cho đến khi hành tây mềm.

c) Đun nhỏ lửa trong 20 phút hoặc cho đến khi chất lỏng bay hơi hết và hành tây chuyển sang màu nâu đỏ sẫm.

d) Trộn hương thảo, khoai tây, bột mì, sữa chua, trứng và phô mai parmesan với nhau trong tô trộn. Cho hành tây vào.

e) Trong một đĩa bánh flan chịu nhiệt có đường kính 25cm đã được phết dầu đều, trải đều các Nguyên liệu . Làm nóng lò ở 200°C và nướng trong 35-40 phút hoặc cho đến khi bánh có màu vàng nâu.

f) Trang trí với rau mùi tây trước khi cắt thành từng miếng và thưởng thức.

72. Soufflé chảo Tây Ban Nha

Khẩu phần : 1

Nguyên liệu

- 1 Hộp Gạo Lứt Nhanh Tây Ban Nha
- 4 Trứng
- 4 ounce Ớt xanh xắt nhỏ
- 1 cái ly Nước
- 1 cái ly Phô mai bào

Hướng dẫn :

a) Làm theo hướng dẫn đóng gói để nấu các món trong hộp.

b) Khi cơm chín, cho các Nguyên liệu còn lại vào trộn đều, trừ phô mai.

c) Phủ phô mai bào lên trên và nướng ở nhiệt độ 325°F trong 30-35 phút.

73. Mật ong đông lạnh Semifreddo

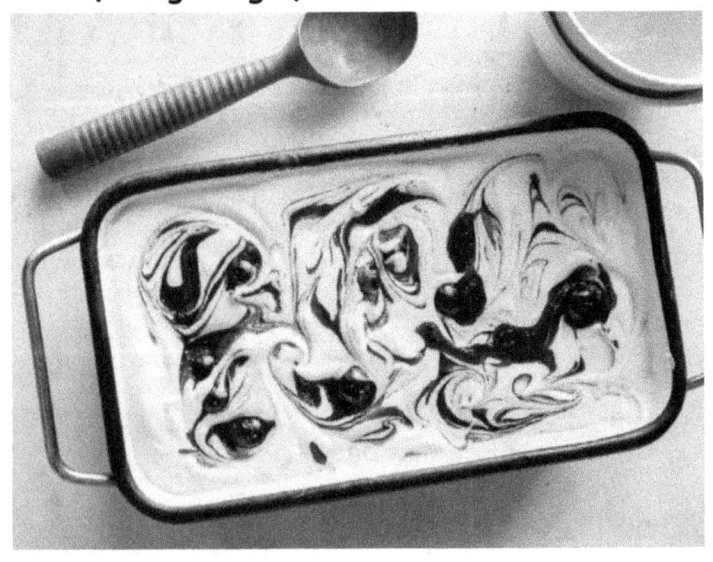

Phục vụ: 8 phần ăn

Thành phần

- 8 ounce kem nặng
- 1 muỗng cà phê chiết xuất vani
- 1/4 thìa cà phê nước hoa hồng
- 4 quả trứng lớn
- 4 1/2 ounce mật ong
- 1/4 thìa cà phê cộng với 1/8 thìa cà phê muối kosher
- Các đồ ăn kèm như trái cây thái lát, các loại hạt nướng, ca cao hoặc sô cô la bào

Hướng

a) Làm nóng lò ở nhiệt độ 350°F. Lót khuôn bánh mì cỡ 9 x 5 inch bằng màng bọc thực phẩm hoặc giấy da.

b) Đối với Semifreddo, trong tô của máy trộn đứng có gắn phụ kiện đánh trứng, đánh kem, vani và nước hoa hồng cho đến khi cứng.

c) Chuyển sang tô hoặc đĩa riêng, đậy nắp và làm lạnh cho đến khi sẵn sàng sử dụng.

d) Trong tô của máy trộn đứng, đánh trứng, mật ong và muối với nhau. Để trộn, sử dụng thìa linh hoạt để khuấy mọi thứ lại với nhau. Điều chỉnh nhiệt để duy trì nhiệt độ sôi chậm trong nồi cách thủy đã chuẩn bị, đảm bảo bát không chạm vào nước.

e) Trong chậu thép không gỉ, nấu, khuấy và cạo thường xuyên bằng thìa linh hoạt cho đến khi ấm đến 165°F, khoảng 10 phút.

f) Chuyển hỗn hợp sang máy trộn đứng có gắn phụ kiện đánh trứng khi hỗn hợp đạt đến 165°F. Đánh trứng ở tốc độ cao cho đến khi nổi bọt.

g) Nhẹ nhàng đánh một nửa lượng kem đã đánh bông đã chuẩn bị bằng tay. Thêm các Thành phần còn lại , đánh nhanh, sau đó trộn đều bằng thìa linh hoạt cho đến khi hòa quyện.

h) Cạo vào khuôn ổ bánh mì đã chuẩn bị sẵn, đậy kín và để đông trong 8 giờ hoặc cho đến khi đủ cứng để cắt hoặc cho đến khi nhiệt độ bên trong đạt 0°F.

i) Đảo ngược semifreddo lên đĩa đã nguội để phục vụ.

74. Zabaglione

Khẩu phần: 4

Thành phần

- 4 lòng đỏ trứng
- 1/4 cốc đường
- 1/2 cốc Marsala Dry hoặc rượu vang trắng khô khác
- vài nhánh bạc hà tươi

Hướng dẫn :

a) Trong một chậu cách nhiệt, đánh lòng đỏ và đường cho đến khi có màu vàng nhạt và bóng. Marsala sau đó sẽ được đưa vào.

b) Đun sôi một nồi vừa đầy nửa nước. Bắt đầu đánh hỗn hợp trứng/rượu trong tô cách nhiệt đặt trên miệng nồi.

c) Tiếp tục đánh trong 10 phút bằng máy đánh trứng (hoặc máy đánh trứng) trên nước nóng.

d) Sử dụng nhiệt kế đọc tức thời để đảm bảo hỗn hợp đạt 160°F trong thời gian nấu.

e) Tắt bếp và rưới zabaglione lên trái cây đã chuẩn bị sẵn, trang trí bằng lá bạc hà tươi.

f) Zabaglione cũng ngon không kém khi được phục vụ trên kem hoặc dùng riêng.

75. Affogato

Khẩu phần: 1

Thành phần

- 1 muỗng kem vani
- 1 ly Espresso
- Một chút sốt sô-cô-la, tùy chọn

Hướng dẫn :

a) Trong ly, cho một muỗng kem vani và 1 ly cà phê espresso.

b) Phục vụ!

ĐỒ UỐNG ĐỊA TRUNG

76. Rượu rum và gừng

Khẩu phần: 1 người

Thành phần :

- 50ml rượu rum Bacardi
- 100ml bia gừng
- 2 lát chanh
- 2 dấu gạch ngang Angostura đắng
- 1 nhánh bạc hà

Hướng dẫn :

a) Thêm đá vào ly.

b) Thêm nước cốt chanh, rượu rum, bia gừng và rượu đắng.

c) Nhẹ nhàng khuấy đều các Thành phần với nhau.

d) Trang trí bằng một lát chanh và lá bạc hà.

e) Phục vụ.

77. Soda kem Ý

Khẩu phần: 1 Khẩu phần

Nguyên liệu

- 1 ounce sữa lạnh
- 1 ounce Đến 1 1/2 oz Đào hoặc hương vị khác của xi-rô
- Đá
- 9 ounce nước có ga
- Trái cây tươi hoặc nửa rưỡi để trang trí

Hướng dẫn :

a) Trong ly 12 oz, kết hợp sữa và xi-rô rồi khuấy kỹ.

b) Đổ đá vào nửa ly, sau đó đổ nước có ga lên trên. Khuấy một lần nữa.

c) Ăn kèm với trái cây tươi hoặc một thìa cà phê nửa rưỡi để trang trí.

78. Sangria Tây Ban Nha

Khẩu phần: 6 đến 8 phần ăn

Thành phần

- 1 quả cam, thái lát
- 2 quả chanh, thái lát
- 1/2 chén đường
- 2 chai rượu vang đỏ
- 2 ounce ba giây
- 1/2 cốc rượu mạnh
- 2 lon soda chanh (12 ounce)

Hướng dẫn :

a) Trong một bát đục lỗ lớn, cắt cam và chanh thành những lát dày 1/8 inch.

b) Thêm 1/2 chén đường (hoặc ít hơn nếu muốn) và để trái cây ngâm trong đường khoảng 10 phút, vừa đủ lâu để nước ép tự nhiên của trái cây chảy ra.

c) Thêm rượu vào và khuấy đều để hòa tan đường.

d) Khuấy trong ba giây và rượu mạnh.

e) Thêm 2 lon soda vào và khuấy đều

f) Thêm nhiều đường hoặc soda nếu muốn. Kiểm tra xem đường đã tan hết chưa.

g) Để làm lạnh hoàn toàn tô punch, hãy thêm một lượng lớn đá.

h) Nếu bạn phục vụ sangria trong bình, hãy đổ đá vào nửa bình rồi đổ sangria lên trên.

79. Tinto de verano

Phục vụ: 1 suất ăn

Thành phần

- 3 đến 4 viên đá
- 1/2 chén rượu vang đỏ
- 1/2 cốc soda chanh
- Lát chanh, để trang trí

Hướng dẫn :

a) Trong một chiếc ly cao, đặt những viên đá.

b) Đổ rượu vang đỏ và soda vào.

c) Ăn kèm với một lát chanh như một món trang trí.

80. Rượu vang trắng Sangria

Khẩu phần: 8 phần ăn

Thành phần

- 3 quả cam vừa hoặc 1 cốc nước cam
- 1 quả chanh, cắt thành múi
- 1 quả chanh, cắt thành từng múi
- 1 chai rượu vang trắng, ướp lạnh
- 2 ounce rượu mạnh, tùy chọn
- 2/3 chén đường trắng
- 2 cốc soda câu lạc bộ hoặc rượu gừng

Hướng dẫn :

a) Trong bình, vắt nước ép từ các múi cam quýt.

b) Loại bỏ hạt và ném vào nêm nếu có thể. Đổ nước cam vào bình nếu bạn định dùng nó.

c) Đổ rượu trắng lên trái cây trong bình.

d) Thêm rượu mạnh và đường nếu sử dụng. Để đảm bảo rằng tất cả đường được hòa tan, khuấy mạnh.

e) Giữ nó trong tủ lạnh nếu không phục vụ ngay.

f) Để giữ cho sangria luôn sủi bọt, hãy thêm rượu gừng hoặc soda câu lạc bộ ngay trước khi dùng.

81. Horchata

Khẩu phần: 4 phần

Thành phần

- 1 chén gạo trắng hạt dài
- 1 thanh quế, gãy
- 1 thìa cà phê vỏ chanh
- 5 cốc nước uống (chia)
- 1/2 chén đường cát

Hướng dẫn :

a) Nghiền gạo trong máy xay cho đến khi đạt độ sệt như bột.

b) Trộn nó với thanh quế và vỏ chanh rồi để yên trong hộp kín ở nhiệt độ phòng qua đêm.

c) Cho hỗn hợp gạo vào máy xay và xay cho đến khi các thanh quế bị vỡ hoàn toàn.

d) Khuấy 2 cốc nước vào hỗn hợp.

e) Ngâm nó trong tủ lạnh trong vài giờ.

f) Lọc chất lỏng qua rây mịn hoặc vài lớp vải thưa vào bình hoặc bát, vắt thường xuyên để loại bỏ càng nhiều nước gạo càng tốt.

g) Khuấy 3 cốc nước và đường cho đến khi đường tan hoàn toàn.

h) Làm lạnh horchata trước khi phục vụ.

82. Rượu Licor 43 Cuba Libre

Phục vụ: 1 suất ăn

Thành phần

- 1 ounce cam thảo 43
- 1/2 ounce rượu rum
- 8 ounce cola
- 1/2 ounce nước cốt chanh
- Miếng chanh, để trang trí

Hướng dẫn :

a) Đặt đá viên vào ly 12 ounce.

b) Cho Licor 43 và rượu rum vào ly; đầu với cola.

c) Vắt nước cốt chanh vào ly; Khuấy để kết hợp; và dùng kèm với một lát chanh để trang trí.

d) Thưởng thức!

83. Trái cây Agua Fresca

Thành phần

- 4 cốc nước uống
- 2 cốc trái cây tươi
- 1/4 cốc đường
- 2 muỗng cà phê nước cốt chanh tươi vắt
- nêm chanh để trang trí
- Đá

Hướng dẫn :

a) Kết hợp nước, đường và trái cây trong máy xay.

b) Xay nhuyễn cho đến khi mịn hoàn toàn. Đổ hỗn hợp vào nửa bình hoặc hộp đựng thức ăn.

c) Thêm nước cốt chanh và khuấy đều để kết hợp. Nếu cần, thêm đường sau khi nếm.

d) Ăn kèm với một lát chanh hoặc chanh để trang trí.

e) Nếu muốn, hãy phục vụ trên đá.

84. Caipirinha

Phục vụ: 1 suất ăn

Thành phần

- 1/2 vôi
- 1 1/2 muỗng cà phê đường siêu mịn
- 2 ounce cachaça/Rượu mía
- Bánh xe vôi, để trang trí

Hướng dẫn :

a) Dùng dao cắt nửa quả chanh thành từng miếng nhỏ.

b) Trộn đều chanh và đường trong một chiếc ly kiểu cũ.

c) Thêm cachaça vào đồ uống và khuấy đều.

d) Thêm đá viên nhỏ hoặc đá vỡ vào ly, khuấy lại rồi trang trí bằng lát chanh.

85. carajillo

Thành phần

- ½ tách cà phê espresso đã pha hoặc cà phê espresso đã lọc caffein

- 1 ½ đến 2 ounce Licor 43

- 8 viên đá

Hướng dẫn :

a) Đổ 12 đến 2 ounce Licor 43 lên đá trong ly Old Fashioned.

b) Từ từ múc cà phê espresso mới pha lên trên.

c) Rót cà phê espresso lên mặt sau của thìa để tạo hiệu ứng phân tầng rồi thưởng thức.

86. Rượu chanh

Thành phần

- 10 quả chanh hữu cơ ưa thích
- 4 ly vodka cao cấp như Grey Goose
- 3 ½ cốc nước
- 2 ½ chén đường cát

Hướng dẫn :

a) Rửa chanh bằng bàn chải rau và nước nóng để loại bỏ dư lượng thuốc trừ sâu hoặc sáp. Vỗ nhẹ cho chanh khô.

b) Dùng dụng cụ gọt vỏ chanh để gọt vỏ chanh thành từng dải dài, chỉ sử dụng phần vỏ màu vàng bên ngoài. Phần cùi là phần trắng bên dưới vỏ, cực kỳ đắng. Giữ lại chanh để sử dụng trong món ăn khác.

c) Đổ vodka vào lọ hoặc bình lớn.

d) Cho vỏ chanh vào lọ hoặc bình lớn và đậy nắp hoặc bọc nhựa.

e) Ngâm vỏ chanh trong rượu vodka ở nhiệt độ phòng trong 10 ngày.

f) Sau 10 ngày, cho nước và đường vào nồi lớn trên lửa vừa và đun sôi chậm khoảng 5 - 7 phút. Để nguội hoàn toàn.

g) Lấy xi-rô ra khỏi bếp và để nguội trước khi kết hợp với hỗn hợp Limoncello gồm vỏ chanh và rượu vodka. Đổ si-rô đường vào nửa hỗn hợp chanh/vodka.

h) Sử dụng lưới lọc, bộ lọc cà phê hoặc vải mỏng để lọc limoncello.

i) Bỏ vỏ đi. Sử dụng một cái phễu nhỏ, chuyển sang các chai kiểu kẹp trang trí.

j) Làm lạnh các chai cho đến khi chúng lạnh hoàn toàn.

87. Sgroppino

Thành phần

- 4 oz rượu vodka
- 8 oz rượu Prosecco
- 1 mẻ kem chanh
- Trang trí tùy chọn
- vỏ chanh
- nêm chanh
- chanh xoắn
- lá bạc hà tươi
- lá húng quế tươi

Hướng dẫn :

a) Trong máy xay sinh tố, kết hợp ba Thành phần đầu tiên.

b) Xử lý cho đến khi mịn và hòa quyện.

c) Phục vụ trong ly sâm panh hoặc ly rượu vang.

88. Aperol Spritz

Thành phần

- 3 ounce rượu prosecco
- 2 ounce Aperol
- 1 ounce soda câu lạc bộ
- Trang trí: lát cam

Hướng dẫn :

a) Trong ly rượu chứa đầy đá, trộn prosecco, Aperol và club soda.

b) Thêm một lát cam để trang trí.

89. Blackberry Ý Soda

Thành phần

- 1/3 cốc xi-rô dâu đen
- 2/3 cốc soda câu lạc bộ

Hướng

a) Trong ly 10 ounce, đổ xi-rô.

b) Thêm soda và khuấy đều.

90. Cà phê Ý Granita

Thành phần

- 4 cốc nước
- 1 cốc cà phê rang xay espresso
- 1 cốc đường

Hướng dẫn :

a) Đun sôi nước rồi cho cà phê vào. Đổ cà phê qua lưới lọc. Thêm đường và trộn đều. Để hỗn hợp nguội đến nhiệt độ phòng.

b) Chiên các **Nguyên liệu theo kiểu Pháp** trong chảo 9x13x2 trong 20 phút. Dùng thìa phẳng cạo hỗn hợp (tôi thích dùng nĩa).

c) Cạo cứ sau 10-15 phút cho đến khi hỗn hợp đặc và có sạn. Nếu thành khối dày, hãy xay nhuyễn chúng trong máy xay thực phẩm trước khi cho vào tủ đông.

d) Ăn kèm với một ít kem lạnh trong món tráng miệng ướp lạnh đẹp mắt hoặc lớp Martini.

91. Nước chanh húng quế Ý

Khẩu phần: 6

Thành phần

- 3 quả chanh
- ⅓ cốc đường
- 2 cốc nước
- 1 cốc nước chanh
- ¼ chén lá húng quế tươi

Phục vụ:

- 2 cốc nước hoặc soda club ướp lạnh
- đá bào
- Trang trí với lát chanh và nhánh húng quế

Hướng dẫn :

a) Kết hợp đường, nước và 1 cốc nước cốt chanh vào nồi trên lửa vừa.

b) Khuấy và nấu cho đến khi hỗn hợp này sôi và đường tan. Nhấc chảo ra khỏi bếp và cho lá húng quế và dải vỏ chanh vào khuấy đều.

c) Để húng quế ngâm trong nước trong 5-10 phút.

d) Loại bỏ các miếng húng quế và vỏ khỏi xi-rô húng chanh bằng cách lọc. Để trong tủ lạnh cho đến khi nguội hoàn toàn trong lọ thủy tinh hoặc hộp đựng có nắp đậy khác.

e) Khi bạn đã sẵn sàng phục vụ nước chanh, hãy cho nước chanh cô đặc, nước hoặc soda câu lạc bộ, đá nghiền và nhánh húng quế vào bình.

f) Đổ vào ly riêng.

g) Phủ lá húng quế tươi và lát chanh lên trên để trang trí.

92. Gingermore

Thành phần

- 1 oz nước cốt chanh
- 2 lát gừng tươi nhỏ
- 4 quả mâm xôi
- Sanpellegrino Limonata

Hướng dẫn :

a) Trộn dâu đen và gừng tươi vào đáy ly cao, chắc chắn (dung tích 14 oz).

b) Cho đá viên vào ly và đổ Sanpellegrino Limonata lên trên.

c) Dùng thìa khuấy nhẹ nhàng trộn các Nguyên liệu.

d) Thêm vỏ chanh, quả mâm xôi và bạc hà tươi để trang trí.

93. Hugo

PHỤC VỤ 1

Thành phần

- 15 cl Prosecco, ướp lạnh
- 2 cl xi-rô cơm cháy hoặc xi-rô dầu chanh
- một vài lá bạc hà
- 1 quả chanh tươi vắt hoặc nước cốt chanh
- 3 viên đá
- bắn nước khoáng có ga hoặc nước soda
- cắt lát chanh hoặc chanh để trang trí trên ly hoặc để trang trí

Hướng dẫn :

a) Cho đá viên, si-rô và lá bạc hà vào ly rượu vang đỏ. Tôi khuyên bạn nên vỗ nhẹ vào lá bạc hà trước vì điều này sẽ kích hoạt mùi thơm của thảo mộc.

b) Đổ chanh hoặc nước cốt chanh mới vắt vào ly. Đặt một lát chanh hoặc chanh vào ly và thêm Prosecco mát.

c) Sau một lúc, thêm một chút nước khoáng có ga.

94. Sinh tố trái cây tươi Tây Ban Nha

Khẩu phần : 6 phần ăn

Thành phần :

- 1 cái ly Dưa hấu , thái hạt lựu
- 1 cái ly Dưa đỏ , hình khối
- 1 cái ly Dứa , thái hạt lựu
- 1 cái ly Xoài thái lát
- 1 cái ly Dâu tây , giảm một nửa
- 1 cái ly nước cam
- $\frac{1}{4}$ cốc Đường

Hướng dẫn :

a) Kết hợp tất cả **các thành phần** trong một bát trộn. Đổ đầy hỗn hợp vào nửa máy xay và đổ đá vụn lên trên.

b) Che và kết hợp ở tốc độ cao cho đến khi bạn có được sự thống nhất nhất quán. Rep với phần hỗn hợp còn lại.

c) Dùng ngay, kèm trái cây tươi nếu muốn.

95. Spanish

Khẩu phần : 6 phần ăn

Nguyên liệu

- ½ pound Sô cô la ngọt ngào của Baker
- 1 lít Sữa; (hoặc 1/2 Sữa nửa Nước)
- 2 thìa cà phê Bột ngô

Hướng dẫn :

a) Bẻ sô cô la thành từng miếng nhỏ và trộn với sữa trong nồi.

b) Đun nóng từ từ, khuấy liên tục bằng máy đánh trứng cho đến khi hỗn hợp đạt ngay dưới điểm sôi.

c) Dùng vài thìa nước hòa tan bột ngô.

d) Khuấy bột ngô hòa tan vào hỗn hợp sô cô la cho đến khi chất lỏng đặc lại.

e) Phục vụ ngay trong ly ấm.

96. Chinotto xanh

Thành phần :

- 1 oz/3 cl xi-rô cây xô thơm và bạc hà
- ¾ oz/2,5 cl nước cốt chanh
- Nạp tiền với Sanpellegrino Chinotto

Hướng dẫn :

a) Đổ tất cả xi-rô và nước trái cây vào một chiếc ly lớn và chắc chắn.

b) Dùng thìa khuấy đều mọi thứ lại với nhau một cách cẩn thận.

c) Thêm đá vào ly và đổ Sanpellegrino Chinotto lên trên.

d) Ăn kèm với một lát chanh và bạc hà tươi để trang trí.

97. Rose Spritz

Khẩu phần : 1 đồ uống

Thành phần

- 2 ounce hoa hồng Aperitivo hoặc rượu mùi hoa hồng

- 6 ounce rượu Prosecco hoặc rượu vang sủi

- 2 ounce nước ngọt

- Miếng bưởi để trang trí

Hướng dẫn :

a) Trong bình lắc cocktail, kết hợp 1 phần Aperitivo hoa hồng, 3 phần Prosecco và 1 phần soda.

b) Lắc mạnh và lọc vào ly cocktail.

c) Thêm đá bào hoặc đá viên.

d) Thêm một lát bưởi để trang trí. Uống càng sớm càng tốt.

98. Vỏ ong mật

Thành phần :

- 2 ly espresso
- 60ml sữa hấp
- 0,7ml si-rô vani
- 0,7ml sirô mật ong

Hướng dẫn :

a) Pha một tách espresso đôi.

b) Đun sôi sữa.

c) Trộn cà phê với xi-rô vani và mật ong rồi khuấy đều.

d) Tạo bọt một lớp mỏng lên trên hỗn hợp cà phê/xi-rô bằng cách thêm các phần sữa bằng nhau.

99. Vị đắng của cam quýt

Khẩu phần: 2

Thành phần :

- 4 quả cam tốt nhất là hữu cơ
- 3 muỗng canh hoa hồi
- 1 muỗng canh đinh hương
- 1 muỗng canh vỏ bạch đậu khấu xanh
- 1 muỗng canh rễ cây khổ sâm
- 2 cốc vodka hoặc rượu mạnh khác

Hướng dẫn :

a) Trong lọ thủy tinh, thêm vỏ/vỏ cam khô, các loại gia vị khác và rễ cây khổ sâm. Để khám phá hạt bên trong vỏ quả bạch đậu khấu, hãy nghiền nát chúng.

b) Sử dụng loại rượu mạnh mà bạn chọn, phủ hoàn toàn vỏ cam và gia vị.

c) Lắc hỗn hợp với rượu trong vài ngày tới. Để nhiều ngày đến vài tuần cho vỏ cam và gia vị thấm vào rượu.

d) Từ cồn rượu có hương vị hiện nay, lọc bỏ vỏ và gia vị.

100. Pisco chua

Khẩu phần 1

Thành phần

- 2 oz pisco
- 1 oz xi-rô đơn giản
- ¾ oz nước cốt chanh
- 1 lòng trắng trứng
- 2-3 giọt Angostura đắng

Hướng

a) Trộn pisco, nước cốt chanh, xi-rô đơn giản và lòng trắng trứng trong bình lắc cocktail.

b) Thêm đá và lắc mạnh.

c) Lọc vào một ly cổ điển.

d) Đổ một ít rượu đắng Angostura lên trên bọt.

PHẦN KẾT LUẬN

Khi khép lại những trang sách "Hành trình ẩm thực Địa Trung Hải", chúng tôi hy vọng bạn đã cảm nhận được hơi ấm của ánh nắng Địa Trung Hải và sự đón nhận di sản ẩm thực phong phú của nơi đây. Thông qua mỗi công thức, bạn đã kết nối với các thế hệ trong quá khứ và hiện tại, khám phá nghệ thuật biến đổi những nguyên liệu đơn giản thành những món ăn đặc biệt giúp nuôi dưỡng cả thể xác và tâm hồn.

Mong rằng hương vị của Địa Trung Hải tiếp tục truyền cảm hứng cho cuộc phiêu lưu vào bếp của bạn. Cho dù bạn đang tái tạo lại một kỷ niệm đáng nhớ hay bắt tay vào một cuộc khám phá ẩm thực mới, mong rằng tinh thần Địa Trung Hải sẽ truyền vào từng miếng ăn niềm vui, lòng biết ơn và cảm giác kết nối với thế giới xung quanh chúng ta.

Cảm ơn bạn đã bắt đầu cuộc hành trình này với chúng tôi. Khi bạn tiếp tục tận hưởng ánh nắng mặt trời thông qua việc nấu ăn của mình, mong rằng bàn ăn của bạn sẽ là nơi ăn mừng, kết nối và là nơi tận hưởng thuần khiết nhất những hương vị tinh tế của cuộc sống.

www.ingramcontent.com/pod-product-compliance
Lightning Source LLC
LaVergne TN
LVHW021653060526
838200LV00050B/2338